இதழியல் வரலாறும் வழிகாட்டுதலும்

முனைவர் ப. பாலசுப்பிரமணியன்
MA., MCA., MBA., ML ISC. MPhil., Ph.D
பல்கலைக் கழக நூலகர்,
மனோன்மணியம் சுந்தரனார் பல்கலைக் கழகம்,
திருநெல்வேலி - 627 012.

சங்கர் பதிப்பகம்
15 / 21, டீச்சர்ஸ் கில்டு காலனி, 2-வது தெரு,
இராஜாஜி நகர் விரிவு,
வில்லிவாக்கம், சென்னை - 600 049.
தொலைபேசி: 044-26502086, 9444191256
email: shankar_pathippagam@yahoo.com
wef: www shankarpathippagam.in & www bookthagam.com

நூல் விவரப் பட்டியல்

நூலின் பெயர்
இதழியல் வரலாறும் வழிகாட்டுதலும்

உரிமை
பதிப்பகத்தார்க்கு

நூலாசிரியர்
முனைவர் ப. பாலசுப்பிரமணியன்

நூல் அளவு
டெம்மி

பதிப்பு ஆண்டு - 2022

பக்கங்கள்
208

விலை
ரூ.220/-

ISBN No.:978-93-94782-05-01

வெளியீடு
சங்கர் பதிப்பகம்
15/21, டீச்சர்ஸ் கில்டு காலனி,
2-வது தெரு, இராஜாஜி நகர் விரிவு,
வில்லிவாக்கம், சென்னை - 600 049.
தொலைபேசி: 044 - 2650 2086

அட்டைப்படம்
பழனி, சென்னை.

அச்சிட்டோர்
எம்.கே.கிராபிக்ஸ், சென்னை - 600 021.
தொலைபேசி : 98408 28213

ஆசிரியர் உரை

மக்களின் அன்றாட வாழ்வில் முக்கிய அங்கம் வகிக்கிறது ஊடகத்துறை. சமூகத்தின் குரலாக ஒலிக்கிறது. நிகழ்காலத்தை அறிய வைக்கிறது. வரலாற்றைப் பதிவு செய்கிறது. கடந்த கால வரலாற்றையும், அனுபவங்களையும் எடுத்துக் கூறுகிறது. நிகழ்காலத் தேவைக்கான கருத்துக்களைத் தலையங்கமாகத் தருகிறது. இதன் பணிகளையும் பயன்களையும் கூறிக்கொண்டே போகலாம்.

இன்றைய கால கட்டத்தில் மக்களுக்குத் தேவையான தகவலை உடனடியாக வழங்குவதில் ஊடகங்களின் செயல்பாடுகள் மிகவும் துரிதமாக உள்ளன.

விரைவாகவும், நேர்த்தியாகவும், சுருங்கச் சொல்லி விளங்க வைக்கும் ““ஊடகவியல்” என்பது என்பது ஒரு தனிக் கலையாகும்.

ஊடகவியலாளர் தகவல்களைத் திரட்டி வெளியிடுவதனால் உள்ளூர், மாநில, தேசிய மற்றும் உலக அளவிலான அனைத்து தரப்பு செய்திகளையும் உடனுக்குடன் மக்கள் அறிந்து கொள்ள முடிகிறது.

மக்களிடம் செய்திகள், நிகழ்வுகளைக் கொண்டு செல்லும் ஊடகங்களின் செயல்கள். ஊடகவியல் என்று தற்போது அழைக்கப்படுகிறது. **Media studies** எனும் ஊடகத்தைக் கையாளும் ஆய்வுத் துறையைக் குறிக்கிறது. இதழியல் என்பது பழைய பயன்பாட்டில் உள்ள சொல். அவை, செய்தித்தாள்கள், சஞ்சிகைகள், வானொலி, தொலைக்காட்சி போன்ற ஊடகங்கள் அடங்கும்.

மேலும், இதழியல் என்பது செய்திகளை அல்லது செய்திக் கட்டுரைகளைச் சேகரித்தல், எழுதுதல், தொகுத்தல், வெளியிடுதல் என்பவற்றை உள்ளடக்கிய ஒரு பணி ஆகும். முன்னர் இத்துறை அச்சு ஊடகங்களான செய்தித்தாள்கள், பருவ இதழ்கள் முதலியவற்றில் செய்திகளைச் சேகரித்து வெளியிடுவதை மட்டுமே செய்து வந்தது. 20 ஆம் நூற்றாண்டின் கடைசியில் மின்னணு ஊடகங்களையும் இது தனக்குள் உள்ளடக்கியது. எழுத்தாளர் அல்லது ஊடகவியலாளர் மக்களோடு தொடர்புள்ள நிகழ்வுகளையும், எண்ணங்களையும், பிரச்சினைகளையும் விளக்குவதற்கு உண்மையான தகவல்களை வெளியிட வேண்டும் என்பதே ஊடக நெறியாக இருக்க வேண்டும்.

ஊடகவியல் அரசு, பொதுத்துறை அலுவலர்கள், நிறுவன நிறைவேற்று அதிகாரிகள், தொண்டு நிறுவனங்கள், ஊடகவியல் நிறுவனங்கள், சமூக அதிகாரங்களைக் கொண்டிருப்போர் போன்றோரின் நடவடிக்கைகள் பற்றி அறிவிப்பதுடன் நடப்பு நிகழ்வுகள் குறித்த தமது கருத்துக்களையும் வெளியிடுவதுண்டு.

தற்காலத்தில் நிருபர்கள் தமது தகவல்களையோ அவை தொடர்பான கட்டுரைகளையோ மின்னணுத் தகவல் தொடர்புகள் மூலம் தொலை தூரங்களில் இருந்தே அனுப்புகிறார்கள். புதிய செய்திகள் உருவாகும்போது நிகழிடத்துக்குச் செல்லும் நிருபர்கள் தகவல்களைச் சேகரித்து உடனுக்குடன் ஊடக அலுவலகத்துக்கு அனுப்புவர்.

இவற்றை அடிப்படையாகக் கொண்டு செய்திகள் எழுதப்பட்டு வெளியிடப்படுகின்றன. வானொலி தொலைக்காட்சி நிருபர்கள் களத்திலிருந்தபடியே நேரடியாகத் தகவல்களைத் தருவதும் உண்டு. மேலும், 21ம் நூற்றாண்டில் துவக்கப்பட்ட தொலைக்காட்சி ஊடகங்கள், நிகழ்வு நடைபெற்ற இடம் அல்லது செய்தி நடைபெறும் இடத்திற்கே சென்று, களத்தில் இருந்து நிருபர்கள் மூலமாகத் தகவலை உடனுக்குடன் மக்கள் பெறும் வகையில் செயல்படுகின்றன. தற்போதுள்ள தொழில்நுடப் வளர்ச்சியின் காரணமாக, இணைய இதழியல், குறுஞ்செயலி வழியாக செய்திகளை உடனுக்குடன் பகிர்வது, என செய்தித் துறை மற்றும் இதழியல் துறை வளர்ந்து கொண்டே செல்கின்றது.

உலக அளவில் மனித சமூகத்தின் முக்கிய அங்கமாகவும், நான்காவது தூணாகவும் விளங்கும் இதழியல் துறை துவங்கிய காலத்தில் இருந்து இன்று வரை தகவல் தொழில் நுட்பம் காரணமாக பெரும் மாற்றங்களையும் வளர்ச்சியையும் அடைந்து வருகிறது.

இதழியலின் வளர்சிகளும், செயல்பாடுகளும் பிரமிக்க தக்க வகையில் உள்ளன. அவற்றை "இதழியல் வரலாறும் வழிகாட்டுதலும்" எனும் நூலாக்கி வெளியிடுவதில் மகிழ்ச்சி அடைகிறேன்.

இந்த நூலை அழகுற அச்சிட்டு வெளியிட்ட சங்கர் பதிப்பகம் கோமதிநாயகம் அவர்களுக்கும், உடனுதவிய ஆய்வு மாணவர் அன்புத்தம்பி அ.பாலாஜி அவர்களுக்கும் நன்றிகளைத் தெரிவித்துக்கொள்கிறேன்.

– முனைவர்.ப.பாலசுப்பிரமணியன்

பொருளடக்கம்

1. எழுதுகோல்

வால்டேர், ரூசோ, மான்டெஸ்கியூ போன்ற எழுத்துலக அரிமாக்கள் ஏந்திய எழுதுகோல்களின் அற்புதங்கள், அந்தந்த நேரங்களில் உலகையே உலுக்கின.

கி.பி. *1694* முதல் *1778* வரை வாழ்ந்த பிரெஞ்சு நாட்டுப் பேனா முனை புரட்சிவாதியான வால்டேர் (voltaire), “வாளின் வலிமையை விட எனது பேனா முனை கூர்மையான பலம் வாய்ந்தது. எனது எழுதுகோல் ஒரு கொடுங்கோல சாம்ராச்சியத்தையும் அழிக்கும். ஒரு செங்கோல் ஆட்சியையும் உருவாக்கும்” என்றான்.

எழுத்தாளர் என்ற தொழிலில் வளத்தோடும், நலத்தோடும், பலத்தோடும் அறிவாட்சி செய்வதால், அவை ஆங்கிலத்தில் ‘ரைட்டர்ஷிப்’ (writership) என்றும், தமிழில் எழுத்தாண்மை என்றும் புகழப்படுகிறது.

இத்தகைய எழுத்தாளர்கள், செயல், எழுத்துத் திறன், எழுத்துக் கலை, இலக்கியப் படைப்பு, ஏடாக்கம், இலக்கியப் பத்திரிகை, இலக்கிய, பொருளாதார, அரசியல், அறிவியல் சார்ந்த நூற்கள், கட்டுரைகள், கவிதைகள், எழுதப்பட்ட வரலாறுகள், ஆவணங்கள், ஓர் இனத்தின், சாம்ராச்சியத்தின், பண்பாடு, நாகரிகங்களின் வீழ்ச்சிகளையும், எழுச்சிகளையும், உணர்ச்சிகளையும், புரட்சிகளையும், முன் கூட்டியே அறிவிக்கும் நிகழ்ச்சிகளாக உலகத்தில் இன்றும் நடமாடி வருகின்றன.

○○○

2. பருவ இதழ் (Journal)

‘பாஸ்வெல்’ என்ற இங்கிலாந்து எழுத்தாளர், *1785*ஆம் ஆண்டில், “The Journal of a Tour to the Hebrides” என்ற நூலை எழுதினார். பாஸ்வெலும், டாக்டர் ஜான்சன் என்ற இருவரும் ஸ்காட்லாந்து நாட்டைச் சுற்றிப் பார்த்திட கி.பி. *1773*ஆம் ஆண்டில் பயணம் செய்தபோது எழுதப்பட்ட நூல் அது.

பாஸ்வெல் எழுதிய அந்தப் பயணக் கையேட்டுக் குறிப்பை டாக்டர் ஜான்சனும் மற்றவர்களும், படித்து முடித்திட காலதாமதமானது என்பதால், அந்தப் பயணக் குறிப்புக்களைச் ‘சுற்றுப்பயணம்’ (Tour) என்ற பெயரில் அவர்கள் அதைப் புத்தகமாக வெளியிட்டார்கள். அந்த நூலைத்தான் இங்கிலாந்து நாடு முதன் முதலாக “Journal” என்று குறிப்பிட்டது.

இங்கிலாந்து நாட்டில் அடிக்கடிக் கொள்ளை என்ற நோய் உண்டாகி மக்கள் ஒழுக்க முறை அழிவுக்கேடுகளுக்கு மூலகாரணமாகப் பல செய்திகள் வெளிவந்து கொண்டிருந்தன. அவற்றைப் பெரிய அளவில் தொகுக்கப்பட்ட சம்பவங்களடங்கிய தொகுதிக்கு “Journal of the Plague Year” “கொள்ளை நோய் ஆண்டின் நாட்குறிப்புச் சுவடி” என்று பெயரிடப்பட்டது. இந்த நூல் பெயரும் ஜெர்னல் என்ற வகையில் சேர்க்கப்பட்டது.

பொதுவாகவே, ஜெர்னலிசம் Journalism என்ற இங்லீஷ் மொழிச் சொல் டயர்னல் Diurnal என்ற இலத்தீன் மொழிச் சொல்லிலிருந்து பிறந்தது என்று மொழியியல் அறிஞர்கள் கூறுகிறார்கள். இந்த ஆங்கில வார்த்தையை நம்மவர்கள் இதழியல் என்று மொழி பெயர்த்துள்ளார்கள்.

"Brewer's Dictionary, Phrase Fabule" என்று இலண்டனில் வெளியிட்டுள்ள அகராதியில் "Journal Applied to News Papers, the word strictly means a daily paper. But, the extension of the term to weekly and other periodicals is sanctioned by custom."

'டையர்னல்' என்ற பண்டைய இலத்தீன் மொழிச் சொல், "செய்தித்தாள் என்ற பெயரின் செயல்முறைச் சார்புகட்கும், ஜர்னல் என்ற அந்தச் சொல், நாளேடுகளைக் குறிக்கும் சொல் ஆகியது,

டையர்னல் என்ற இலத்தீன் மொழிச் சொல்லுக்கு "அன்றன்று" என்று பொருள். அதனால் ஜர்னல் என்பதற்குச் சரியான உட்பொருள் தினந்தோறும் நாட்டில் நடப்பதை எழுதி வைக்கும் பத்திரிகை, ஓர் ஆவணம் என்றே ஆங்கில அகராதிகள் நமக்கு அறிவிக்கின்றன.

ஆனால், "தமிழ் இதழ்கள் தோற்றம், வளர்ச்சி" என்ற நூலில், அ.மா. சாமி எனும் பத்திரிகையாளர், ஜர்னல் என்றால் 'இதழ்' என்று கூறுகின்றார். தமிழ் அறிஞர்கள் அந்தச் சொல்லையே நாளடைவில் 'பத்திரிகை, செய்தித் தாள்' 'தாளிகை' என்று குறிப்பிட்டார்கள். மேற்கண்ட சொற்களில் 'தாளிகை' என்ற சொல்லைவிட 'பத்திரிகை', செய்தித்தாள் என்ற பெயர்களே மக்களிடம் நிலைபெற்றது.

பருவ வெளியீடுகள் (Magazine)

Magazine என்ற ஆங்கிலச் சொல்லுக்குப் படைக்கலப் பாசறை, போர்க் காலத்தில் படைக்குரிய ஆயுத தளவாடங்களையும், கருவிகளையும் சேர்த்துப் பாதுகாப்பாக வைத்திருக்கும் இடம் எனப் பொருள் துப்பாக்கிகள், அதற்குரிய வெடி மருந்துகளைக் குவித்து வைத்திருக்கும் இடம் என்பவை பொருள்.

அதனைப் போலவே, பத்திரிக்கை வகைகளில் ஒன்றான, பருவ இதழ்ச் சுவடிகளில் பல அறிஞர்களின், எழுத்தாளர்களின் அரிய பல கட்டுரைகள், அடங்கி அடக்கி அல்லது குவிக்கப் பட்டிருக்கும்.

அத்தகைய எழுத்துப் புதையல்களை, அந்தப் பருவ இதழ்கள் போர்ப் பாசறை ஆயுத தளவாடங்களைப் போல பெற்றிருப்பதால், அந்த வெளியீடுகள் மக்களது அறியாமைப் பகைகளை, விரோதிகளை விரட்டியடிக்கும் பண்பு பெற்ற பத்திரிகைகள் பருவ வெளியீடுகள் என்பதால் அவற்றை ஆங்கிலத்தில் Magazine என்று குறிப்பிட்டார்கள்

எடுத்துக்காட்டாக ஆனந்த விகடன், குமுதம், கல்கி, கலைமகள், அமுதசுரபி, உண்மை, தாமரை, முத்தாரம் ஆகிய பருவ இதழ்களைக் கூறலாம்.

பத்திரிகைத்துறை பணிகள்

நமது வாழ்க்கையின் அன்றாடக் காட்சிகளான அனைத்தையும் பதிவு செய்து செய்தியாகத் தருவது பத்திரிகைத்துறை பணியாகும். உள்ளூர் நிகழ்வுகள் முதல் உலகளாவிய நிகழ்வுகள் வரை அனைத்தையும் அடித்தட்டு மக்கள் வரை தெரியப்படுத்துவது பத்திரிகைத்துறையின் முக்கிய கதையாகும்.

மக்களின் அன்றாட வாழ்க்கைத் தேவைகளை, அரசியல் கலையை, பண்பாட்டை, நாகரிகத்தை, கல்வியியலை, பொருளாதாரப் பெருக்க வழிகளை, காலத்திற்கும், கருத்திற்கும், உணர்ச்சிகளுக்கும், எழுச்சிகளுக்கும், முயற்சிகளுக்கும், புரட்சிகளுக்கும் ஏற்றவாறு இன்பச் சுவைகளையும், துன்பச் சுவைகளையும் ஏற்றி அறிவுறுத்தும் வாழ்க்கைக் கலையே பத்திரிகையின் செயல்முறைகளாகும்.

அரசின் செயல்பாடுகள், அரசியல், இயற்கை நிலவரம், உள்ளூர் சந்தை, வணிகம், மாவட்டச் செய்தி, கல்வி, கோவில் கொடை, இன்பம், துன்பம், விபத்து, பாராட்டு, சாதனை, கவியரங்கம், பட்டிமன்றம், திருவிழாச் சம்பவங்கள், ஆன்மீக நிகழ்ச்சிகள், வானொலி தொலைக்காட்சிச் செய்திகள்; வம்படி வழக்குகள், நீதிமன்றம், காவல் துறையினர், ஊராட்சி, பேரூராட்சி, மாநகராட்சி கடமைகள், மருத்துவமனைத் துன்பங்கள், இன்பங்கள், இப்படி எல்லா சம்பவங்களையும்

பத்திரிகைகள் அன்றாடம் சுமந்து வந்து மக்கள் இடையே காட்சிப் பொருள்களாக்குவதே அவற்றின் கடமைகளாக இருக்கின்றன.

இதில் நம்பகத்தன்மை, நடுநிலை, சமுதாயப் பொறுப்பு ஆகியவை இருந்தால்தான் அது சரியான ஊடகம் ஆகிறது.

அன்றாட நிகழ்வின் காரண காரியங்களை ஒன்றுக்கொன்று தொடர்புப்படுத்தி, அவற்றை ஒழுங்குமுறையிலே ஆய்ந்து விஞ்ஞானம் விடை விளக்கம் அளிப்பதைப் போல, பத்திரிகையாளனும் நாட்டுப் நடப்புகளை, சமுதாய நிறை குறைகளைச் சீர்ப்படுத்தும் உண்மைகளைத் திரட்டி மக்கள் முன்பு வைப்பதோடு நில்லாமல், அவற்றை ஆய்ந்து, தொகுத்து, முறைப்படுத்தி, நல்லதுகெட்டதுகளை வகைப்படுத்திக் கூறுவதும், செய்தியாக வெளியிடுவதும் பத்திரிகையாளர்களின் பணிகளாகும்.

பத்திரிகைகள், செய்தித் தாள்கள், நாளேடுகள் தினந்தோறும் அவற்றை மக்களிடையே கொண்டு வந்து சேர்க்கும் மிகப் பெரிய பணியினைத் தொடர்ந்து செய்கின்றன.

○○○

3. அரசாங்கத்தின் நான்காவது தூண்

1828ஆம் ஆண்டு மெக்காலே பிரபு பத்திரிகையாளர்களுக்கு புது மரியாதையை, மதிப்பை அந்த ஆட்சியிலே உருவாக்கினார். அதாவது, பத்திரிகையாளர்களை அரசாங்கத்தின் நான்காவது தூண் (Fourth Pillar) அதாவது Estate என்று கூறிக் கௌரவப்படுத்தினார்.

மெக்காலே பிரபுவுக்குப் பிறகு வந்த எட்மண்ட் பர்க் என்ற இங்கிலாந்து பிரதமர், மெக்காலே குறிப்பிட்ட அந்த 'நான்காம் தூண்' என்ற தகுதிக்கு விளக்கமளித்தபோது, 'பிரிட்டன் நாடாளுமன்றத்தில் Royalty என்ற அதிகாரம் வகிக்கும் அரச குடும்பம், ஒரு எஸ்டேட் என்றும், சமயத் தலைவர்கள், செல்வந்தர்கள் எனப்படுவோர் House of Lords பிரபுக்கள் சபையினர் என்றும், பொது மக்களால் நாடாளுமன்றத்துக்குத் தேர்ந்தெடுக்கப்படுவோர், House of Common அதாவது நாடாளுமன்ற உறுப்பினர்கள் என்றும், நான்காவதாக பத்திரிகை நிருபர்கள் அமர்ந்திருந்த Reporters பகுதியைச் சுட்டிக்காட்டி, அதோ, அந்த நிருபர்கள் செய்யும் அரசியல் பணிதான் நான்காவது எஸ்டேட் என்று கூறிப் பெருமைப்படுத்திப் புகழ்ந்தார்.

இந்தியா சுதந்திர உரிமை நாடாக உருப்பெற்றதற்குப் பிறகு, இங்கிலாந்து நாட்டு அரசியல் நிர்ணய வரலாற்றையே பெரும்பாலும் பின்பற்றி வருவதால், நமது மக்களாட்சியின் நாடாளுமன்ற நடவடிக்கைகளையே முதல் எஸ்டேட்டாகவும், அதன் நிர்வாகத் துறைகளை Executive இரண்டாவதாகவும், நீதித் துறையான Judicialலை இறைவன் தீர்ப்புக்குரிய முறை மன்றம் சார்புடையதை மூன்றாம் எஸ்டேட்டாகவும், பத்திரிகைத் துறையை நான்காம் எஸ்டேட்டாகவும் நமது நாடு கருதுகிறது.

ooo

4. உலக நாடுகளில் பத்திரிகை வளர்ச்சிகள்

மக்கள் தங்களைச் சுற்றி என்ன நடக்கின்றது என்பதை, அறிந்து கொள்ள ஆர்வம் உடையவர்கள் ஆவார்கள்.

அந்த விருப்பத்தை ஊமைச் செய்திகள் மூலமாக, ஒலிகளின் வாயிலாக மக்கள் குழுக்கள் வாழும் இடங்களில் கொட்டும் பறையோசை சார்பாக அவர்கள் அடையாளம் காட்டிக் கொண்டு பழக்கப்பட்டிருந்தார்கள்.

அவற்றை வெளியிடப் பத்திரிகைகள் இல்லையே தவிர, மக்கள் போக்குவரத்துகள் மூலமாக அந்தச் செய்திகள் வாய்மொழி வழிகளாலும், கல்வெட்டு, கற்சிற்பங்கள், கற்பாறைச் செதுக்கல்களைக் காட்சிகளாக மக்கள் பார்த்தவைகளாலும்; அறிஞர்கள் தொகுத்து எழுதிய சிந்தனைகளை நூல்களில் படித்துணர்ந்தவர்களாலும், நூல்களை எழுதிய அறிஞர்களே நடைப் பயணமாக ஊரூருக்குச் சென்று மக்களுக்கு எடுத்துக் கூறிய முறைகளாலும் அந்தச் செய்திகள் அக்காலத்தில் உலகப்பகுதிகள், சிலவற்றுக்குப் பரவிக் கொண்டுதான் இருந்தன.

உலகத்தின் மேல் நாடுகளில் பத்திரிகைகள் எங்கெங்கே தோன்றின, அவை எப்படியெல்லாம் செய்தித் தொண்டாற்றின என்ற விவரங்களை இனி பார்ப்போம்.

பத்திரிகைகளுக்கான முன்னோடி இதழ்கள் முதன் முதலாக இங்கிலாந்து நாட்டில் 17வது நூற்றாண்டுக்கு

முன்பே தோன்றியதாக The Concise Oxford Dictionary of English Literature *1939*ம் ஆண்டு பதிப்புக் கூறுகின்றது.

ஆங்கில அகராதி News Paper என்ற சொல்லுக்கு தருகின்ற விளக்கத்தில், "செய்தித்தாள்" என்று கூறுவதற்கான முன்மாதிரி இதழ்கள் *17*வது நூற்றாண்டுக்கு முன்புதான் கண்டுபிடிக்கப்பட்டது. அதற்கு முன்பு இங்கிலாந்து நாட்டில் ஆட்கள் மூலமாக நேரடியாக வழங்கப்படும் News Letters, News Pamphlets என்ற பழக்க வழக்க முறைகள்தான் இருந்தன என்று குறிப்பிட்டுள்ளது.

ஆட்கள் மூலமாக மக்களுக்குச் செய்திகள் வழங்கப்படும். இவை போன்ற முறையை பர்டன் என்பவர் *1614*–ம் ஆண்டிலேயே தனது Anatomy of Melancholy எனும் பாம்ப்லேட் மூலமாகக் கண்டித்து எழுதினார். ஸ்பெயின் நாட்டில் தான் அந்த 'நியூஸ் லெட்டர்', 'நியூஸ் பாம்ப்லேட்'டுகளுக்குச் செய்திகள் தயாரிக்கப்பட்டு வந்தனவாம்.

ஆனால், *1622*ம் ஆண்டின் மே மாதம் வரை அந்தச் செய்தித் தயாரிப்பு முறைகள் முதன்முதலாக வெளி வரவில்லை. அதற்குப் பிறகு, நத்தானியல் பட்டர், (Nathaniel Butter) நிகோலஸ் பௌர்னே, (Nicholas Bourne), தாமஸ் அர்ச்சர் (Thomas Archer) என்பவர்கள் ஓரணியாக ஒன்றுகூடி 'கொரண்டே' (Corante) என்ற ஒரு பத்திரிகைக்காக செய்திகளைத் தயாரித்தார்கள்.

முதல் நாளேடு

வாரம் மும்முறை வெளிவரும் இந்தப் பருவச் சுவடிகள் குழுவிலிருந்து *1703*ம் ஆண்டில் 'டெய்லி கொரண்ட்' (Daily courant) என்ற முதல் தினசரி செய்தித்தாள் முதன்முதலாக வெளிவந்தது. இந்த நாளேடுதான் உலகத்தின், குறிப்பாக பிரிட்டனின் முதல் செய்தித்தாள் என்ற பெயரையும் புகழையும் பெற்றது.

'குயின் அன்னிஸ்' என்பவர் காலத்தில் குறிப்பிடத்தக்க ஒரு திறமையாளர் குழுவினர், தங்களது அறிவுக் கொடைகளாகச் செய்திகளைச் சேகரித்து, மக்கள் அவர்களைக் குறிப்பிட்டுப் பாராட்டும் வகையில் பருவ காலச் சுவடிகளுக்காக அறிவுத் தொண்டு புரிந்து வந்தார்கள். அவர்களால் பருவ கால இலக்கியத் துறை வேகமாக வளர்ந்தது; முன்னேறியது.

அவர்களுள் குறிப்பாக டிஃபோ Defoe என்பவர்தான்; ஆங்கில மொழியிலேயே மிகப் பெரிய முதல் பத்திரிகையாளர் என்று இங்கிலாந்து மக்களால் போற்றப்பட்டவராவார். அவர் மட்டுமன்று, சற்றேறக்குறைய அதே ஆண்டுகள் இடையில் ஸ்டீலி, Steele ஸ்விப்ட், Swift அடிசன் Adoison என்பவர்களும் புகழ் பெற்ற பத்திரிகையாளர்களாக வளர்ந்திருந்தார்கள்.

அப்போது வெளிவந்துக் கொண்டிருந்த பத்திரிகைகளுக்கு உருவான அரசியல் முக்கியத்துவங்களால் அந்த இதழ்களின் விற்பனைகள் பெருகின. பிரதிகளும், அதிக அளவு அச்சடிக்கும் நிலை ஏற்பட்டது. ஆனால், அப்போதைய பிரிட்டிஷ் அரசு பத்திரிகைகளுக்காக வழங்கிய அஞ்சல் போக்குவரத்து வரியைக் குறைத்துக் கொள்ளாமல், அதிக வரிகளையே பத்திரிகைகள் மேல் வசூலித்தது.

அரசு உதவிப் பொருட்களை வழங்கும் அனுமதியைப் பெற்ற பத்திரிகையை நடத்தி வந்த பலருள் ஒருவரான வால்போல் Walpole என்பவர், ஆண்டுக்கு ஐயாயிரம் பியூரோக்களை அஞ்சல் செலவுகளுக்காகச் செலவிடும் பரிதாப நிலை ஏற்பட்டது.

வால்போல் என்பவரைப் போலவே, எதிர்கட்சியைச் சேர்ந்த ஹென்றி ஃபீலீடிங் Henry Fielding என்ற பத்திரிகையாளரும் பெரிதும் பாதிக்கப்பட்டார்.

18ம் நூற்றாண்டில், 5000 பிரதிகளுக்கு மேல் விற்பனை செய்ய முடியாத அஞ்சலக வரித் தொல்லைகள் இருந்தன.

'ஜெண்டில்மேன்' (Gentleman) என்ற பத்திரிகையை நடத்தி வந்த ஜான்சன் என்பவர், இங்கிலாந்து நாடாளுமன்றத்தில் அரசியல் வாதங்களை எழுப்பும் உறுப்பினர்களுக்கு இந்த அஞ்சல் குறைபாடுகளைப் பற்றிப் புகார் செய்தார்.

இந்த நேரத்தில் பத்திரிகைகளை மிக மலிவாக வேகமாக அச்சடிக்கக் கூடிய அச்சு இயந்திர வகைகள் புதுப் புது முறையில் வெளிவந்து கொண்டிருந்தன. இந்த இயந்திரம் மூலம் பத்திரிகைகளை அச்சடித்து வழங்கும் வசதிகளை, ஜான் வால்டர் (John Walter) என்பவர் 1775ம் ஆண்டில், அவர் ஆரம்பித்த The Times என்ற பத்திரிகை மூலமாக மற்றவர்களுக்கும் அந்த வசதிகளைச் செய்து கொடுத்தார்.

கி.பி. 1772ம் ஆண்டில் டேனியல் ஸ்டூவர்ட் (Danial Stuart) என்பவர் 'காலை தபால்' (The Morning Post) என்றொரு, பத்திரிகையைத் துவக்கி நடத்தினார். அவரது ஏடு பருவ இதழானதால், தனக்கு முன்பு வாழ்ந்த பேரறிவாளர்கள் எழுதி வைத்த இலக்கிய வடிவங்களின் பழைய சிந்தனைகளைத் தனது பத்திரிகையிலே மீண்டும் நினைவுபடுத்தி எழுதினார்.

இதே பத்திரிகையில்தான் உலகப் புகழ்பெற்ற எழுத்தாளரான கோல்ரிட்ஜ், (Coleridge) தனது கட்டுரைகளை அப்போது எழுதி வந்தார். அதனால் சிறிது சிறிதாக 1834ம் ஆண்டில் அந்த 'தி டைம்ஸ்' என்ற பத்திரிகை 10,000 பிரதிகள் வரை விற்றன. 1834ம் ஆண்டில் 23,000 பிரதிகள் விற்றன. 1854ம் ஆண்டில் அதன் விற்பனை 51,000 ஆயிற்று.

ஜான் ஸ்டார்ட் டார்ட், 'தி டைம்ஸ்' பத்திரிகையைப் பல ஆண்டுகளாக நடத்தி வந்தார். 1816ம் ஆண்டில் தாமஸ் பார்னெஸ் அதன் ஆசிரியராக இருந்தார். அந்தப் பத்திரிகைதான் உலகத்தில் முதன் முதலாக அயல்நாட்டு நிருபர்களை ஆங்காங்கே பணிபுரிய நியமித்த முதல் பத்திரிகை ஆகும். அவ்வாறு நியமிக்கப்பட்ட முதல் வெளிநாட்டு நிருபர் பெயர் கிராப் ராபின்சன் என்பவர் ஆவார்.

அதற்குப் பிறகு ஆங்கிலப் பத்திரிகை உலகம் 19ம் நூற்றாண்டினை நோக்கி இறுதிவரைப் புதிய மறுமலர்ச்சிப் பாதையில் அறிவு உலா வந்து கொண்டிருந்தது. சில நேரங்களில் முற்போக்கு எண்ணமுடைய இங்கிலாந்து பத்திரிகைகள், அவற்றின் அறிவுக் கூர்மையாலும், புதுப் புது கருத்துக்களை வெளியிடுவதாலும், நாட்டு நடப்புகளை மக்கள் விரும்பும் வகையில் பிரசுரித்ததாலும், ஏறக்குறைய 20 லட்சம் பிரதிகள் விற்பனையாகியது.

நார்வே நாட்டுப் பத்திரிகை சேவை

உலகப் புகழ் பெற்ற நாடகப் பேராசிரியர் இப்சன் என்பவரின் நண்பர் பிஜோர்ன்ஸ்ட், ஜெர்ன் பிஜோர்ன்சன் (Bjorrst Jern Bjornson) என்பவர் 'மார்கன் பிளாடட்', (Margan Plata) என்ற நாளேட்டை, 1854ம் ஆண்டில் நடத்தினார். அந்தப் பத்திரிகையில் இலக்கியம், அரசியல், கவிதைகளை வெளியிட்டார். இப்சன் அந்த பத்திரிகையில் புகழ் பெற்ற நாடக விமர்சனங்களை எழுதிப் புகழ் பெற்று உலகுக்கு அறிமுகமானார். இல்லஸ்ட்ரேட்டட் ஃபோக் பிளாட் என்ற தினசரி பத்திரிகையை பியார்ன்ஸ்சன் என்பவர் துவக்கி, அந்தக் காலத்திலேயே கலைத் துறையில் பெரும் புரட்சி செய்தார். மக்கள் அந்த நாளேட்டை விரும்பி வாங்கிக் கலைத்துறை மறுமலர்ச்சிக்கு ஆதரவளித்தார்கள்.

பியார்ன்சன், அந்தக் காலத்திலேயே நார்வே அரசு செய்து வந்த பல அரசு தில்லுமுல்லு ஊழல்களைச் சாடினார். சமுதாயச் சீர்கேடுகளை மிக வன்மையாகக் கண்டித்துப் புகழ் பெற்ற அந்த ஆசிரியர், நாடகமேதை இப்சன் எழுதிய நாடகங்களின் புகழையும் மீறிக் கட்டுரைகள் மூலமாக எழுதிப் புகழ் பெற்றார்.

1903ம் ஆண்டில் அவர் தனது வன்மையான கட்டுரை, கவிதை எழுத்துக்களால், நார்வே நாட்டு மக்கள் இடையே பெற்ற அரும் செல்வாக்குக்காக நோபல் பரிசு பெற்ற

பத்திரிகையாளராக ஆனார். 26.4.1910ஆம் ஆண்டில் அந்த எழுத்துலக மேதை மரணமடைந்தார்.

அமெரிக்கா சிகாகோ சன்

அமெரிக்க நாட்டிலுள்ள சிகாகோ என்ற நகரிலிருந்து எரிக்பியர்சன் என்பவர் 'சிகாகோ சன்' என்ற வாரப் பத்திரிகையைத் துவக்கினார்.

அந்தப் பத்திரிகை, அமெரிக்க அரசின் மீது மக்கள் சாட்டிய வதந்திகளை எதிர்த்து, 'புரட்சி' என்ற பெயரில் தொடர் கட்டுரைகளை 22.10.1906ம் ஆண்டு முதல் எழுதி வந்தார்.

எரிக்பியர்சன் கட்டுரைகள் சிகாகோ மக்களையே திணறடித்தது. மக்களிடையே பரவும் வதந்திகளைக் கண்டிக்கும் சீர்த்திருத்தவாதி என்ற பெயரை அவர் பெற்றார்.

நியூயார்க்"டிராமடிக் மிரர்"

அமெரிக்காவிலே இருந்து நியூயார்க் 'டிராமடிக் மிரர்' என்ற ஏடு ஒருவரால் நடத்தப்பட்டது. அந்த வாரப் பத்திரிகைக்கு அதிகச் செல்வாக்கு ஏற்பட்டதால், மாட்ரீட் நகரத்தில் மட்டும் 17 ஆயிரம் பேர் சந்தாதாரர்களாக இருந்தார்கள். நோபல் பரிசு பெற்ற ஜோஸ் எச்சகார் அந்தப் பத்திரிகையில் தொடர் விமர்சனம் எழுதிப் புகழ் பெற்றார்.

'பிராவங்கல் களஞ்சியம்'

பிரான்ஸ் நாட்டில் 1854ம் ஆண்டில் புகழ் பெற்ற கவிஞராக இருந்த பிரடெரிக் மிஸ்ட்ரால் என்பவர் 'பிராவங்கல் களஞ்சியம்' என்ற ஆண்டுக்கு ஒரு முறை வெளி வரும் ஆண்டு இதழைத் துவக்கினார்.

அந்தக் காலத்திலேயே அந்தக் களஞ்சியம் என்ற ஆண்டு இதழ் *10* ஆயிரம் பிரதிகளுக்கு மேல் விற்று மக்களிடையே சாதனை புரிந்தது.

கவிதைத் துறை வளர்ச்சிக்காக தொண்டு செய்த ஓர் ஒப்பற்ற பத்திரிகை என்ற பெயரை நிலை நாட்டியதால், அது *1904*ஆம் ஆண்டுக்கான நோபல் பரிசைப் பெற்றது.

ஆண்டுக்கு ஒருமுறை வெளிவந்த வருடப் பத்திரிகையில் இதுதான் முதல் பத்திரிகை. *1904*ம் ஆண்டுக்காக அந்த இதழாசிரியர் பிரடெரிக் மில்ட்ரால் நோபல் பரிசைப் பெற்றார்.

○○○

5. இந்தியாவில் - இதழியல்

கிறித்துவ சமயத் தொண்டாற்றி வந்த டேனிஷ்காரர்கள், தங்களது விவிலிய நூலை அச்சடிக்கத் தஞ்சை மாவட்டத்திலே உள்ள தரங்கம்பாடி என்ற கடற்கரை ஊரிலே 1713ஆம் ஆண்டில் அச்சகத்தை ஆரம்பித்தனர். அதற்கான அச்சுத்தாள் உருவாக்கும் நிறுவனத்தை 1715ஆம் ஆண்டில் தரங்கம்பாடிக்கு அடுத்துள்ள பொறையார் என்ற ஊரில் நிறுவினார்கள். ஆனால், அவர்களால் விவிலிய நூலையோ அல்லது கிறித்துவத்தைப் பரப்பும் பத்திரிகையையோ அச்சடிக்க முடியவில்லை.

ஆங்கிலேயர்களின் கிழக்கிந்தியக் கம்பெனி ஆட்சியின் போது, பத்திரிகைகளை இங்கிலாந்து நாட்டிலேயே அச்சடித்துக் கப்பலில் கொண்டு வந்தார்கள். பற்றாக்குறையால் அதிகாரிகள் பலருக்கு அந்தப் பத்திரிகைகள் கிடைப்பதில்லை. பிறகு எப்படி பொது மக்கள் படிக்கக் கிடைக்கும்?

எனவே, கிழக்கு இந்திய நிறுவனத்தில் பணியாற்றிய சிலர், தங்கள் வேலைகளை விட்டு விலகி, தங்களது குறைகளை எடுத்துக் காட்டிட, ஒரு பத்திரிகையைத் துவங்கத் திட்டமிட்டார்கள். அவர்கள் பத்திரிகைகளை ஆரம்பித்தால் அதனால் கம்பெனியின் ஊழல்கள் மக்களுக்கும், பிற அதிகாரிகளுக்கும் தெரிந்து அவமானம் ஏற்படுமே என்ற எண்ணத்தால், பத்திரிகையை வெளியே வரமுடியாமல் தடுத்து நிறுத்தும் குறுக்கு வழிகளைச் செய்தும், பத்திரிகை ஆரம்பிப்பதில் பங்கு பெற்று உழைக்க

இருந்தவர்களை மீண்டும் இங்கிலாந்துக்கே திருப்பி அனுப்பி விட்டார்கள் கம்பெனியின் பெரிய அதிகாரப் பொறுப்பில் இருப்பவர்கள்.

ஜேம்ஸ் அகஸ்டஸ் ஹிக்கி (James Augiustus Hicky) என்பவர் அதிகாரிகளின் அதட்டல் மிரட்டல்களைக் கண்டு அஞ்சாமல் "வங்காள கெசட் அல்லது கல்கத்தா பொது விளம்பரத் தாள்" என்ற பத்திரிகையைத் துவக்கினார். இந்தப் பத்திரிகைதான் இந்தியாவின் முதல் செய்தித் தாள் என்று 'இதழியல் கலை' என்ற நூலில் ஆசிரியர் டாக்டர் மா.பா. குருசாமி கூறுகிறார்.

ஆனால், 'இது உண்மை அன்று' என்கிறார் 'இந்திய விடுதலைப் போரில் இனிய தமிழ்' என்ற நூலாசிரியரான டாக்டர் எஸ். துரைசாமி; ஏன் அவ்வாறு அவர் கூறினார் என்பதற்குரிய காரணம் இது:

"1811ஆம் ஆண்டில் முதன் முதலாக வெளிவந்த 'தமிழ்ப் பத்திரிகை' கிறித்துவப் பிரச்சார ஏடாகவே இருந்தது என்று மு.இ. முகமது மரைக்காயர் தமிழ் இலக்கிய கொள்கை பக்கம் 232ல் அவரால் கூறப்பட்டதை துரைசாமி எடுத்துக் கூறுகிறார்.

1882ஆம் ஆண்டில் 'சுதேசமித்திரன்' வார இதழாகத் துவங்கப்பட்டது. 1887ல் 'லலிதப்ரஸ் நோதயா' என்ற நாளிதழ் துவக்கப்பட்டது. அதையே முதல் நாளிதழாகக் கருத வேண்டும். ஆனால் அது விரைவாக நின்றுவிட்டது.

1892ல் 'சுதேசமித்திரன்' நாளிதழாக வரத் தொடங்கிப் பல்லாண்டுகள் நிலைத்துப் பணிபுரிந்தது. தமிழில் முதல் அரசியல் நாளிதழ் என்று போற்றப்படும் பேறு 'சுதேசமித்திரனுக்கே' உண்டு. இதன் ஆசிரியர் திரு. ஜி. சுப்பிரமணி ஐயர். இந்தியத் தேசியக் காங்கிரசின் முதல் கூட்டத்தில் அவர் கலந்து கொண்டவர். அவர் சிறந்த

தேசியவாதி. 4.5.1887ல் அய்யர் இவ்விதம் கீழ்க்கண்டவாறு எழுதுகிறார்.

“நம் தேசக் கடைகளில் அரிசி, பருப்பு, காய்கறி தவிர மற்றவையெல்லாம் ஆங்கிலேயர் சாமான்களேயன்றி நமது சாமான்கள் அல்லவே! அப்படிப்பட்ட சாமான்களைச் சிருஷ்டிக்க நமது தேச மக்களுக்குத் திறமை இல்லையே! தைரியமில்லையே! ரோஷம் இல்லையே! ஆகவே, இவரையே நம் சுதேச இயக்கத்திற்கு வித்திட்டவர் என்று சொல்லலாம் அல்லவா?

பிரபலமான ஆங்கில நாளிதழ் ‘தி இந்து’விற்கும் இவர்தான் முதல் உரிமையாளர் என்று, அ.மா. சாமி தமிழ் இதழ்கள் தோற்றம் வளர்ச்சி என்ற நூலில் பக்கம் 210ல் குறிப்பிட்டுள்ளார்.

எனவே, ஜேம்ஸ் அகஸ்டஸ் ஹிக்கி என்பவர், கிழக்கிந்தியக் கம்பெனி அதிகாரிகளால் குறைகளை எழுதுவதற்குத் துவக்கப்பட்ட பத்திரிகை செய்தித்தாள் என்ற வகையிலே சேர்க்கப்பட்டு விட்டதே தவிர, அந்தப் பத்திரிகை கம்பெனியாரின் அரசியலை விமர்சித்த பத்திரிகையே ஆகும்.

ஜேம்ஸ் அகஸ்டஸ் ஹிக்கியின் பத்திரிகை வெளிவந்த ஆண்டு 1780. ஏறக்குறைய 93 ஆண்டுகளுக்கு முன்பே ஹிக்கி ‘கல்கத்தா கெசட்’ இதழை வெளியிட்டார் என்பதால், ‘இதழியல் கலை’ ஆசிரியர் அதனைத் துணைத் தலைப்பின் முதல் செய்தித்தாள் என்றாரோ என்னவோ? ஆனால், உள் செய்தியில் ஹிக்கி இதழ்தான் முதல் பத்திரிகை என்று உறுதிபடக் கூறப்படவில்லை என்பது குறிப்பிடத்தக்கதாகும்.

ஹிக்கி, தன்னை அந்த நாளேட்டில் முன்னாள் அச்சகர் என்றும் குறிப்பிட்டுள்ளார். இந்தியப் பத்திரிகை வரலாற்றில்

ஹிக்கி வில்லியம் போல்ட்டைப் போல் ஓர் அஞ்சா நெஞ்சர்; ஆனால், செய்தித்தாள் அச்சிடுவதிலே பயிற்சியற்றவர். அதன் மீது எனக்கு ஆசையுமில்லை. நான் கடின உழைப்பாளனுமில்லை. ஆனாலும், எனது மனச் சான்றுக்கும், அறிவிற்கும் விடுதலை வாங்க, இந்தப் பத்திரிகைப் பணியில் எனது உடலை அடிமைப்படுத்திக் கொள்வதில் மகிழ்வடைகின்றேன்' என்று ஹிக்கி கூறியுள்ளார்.

தான் துவக்கிய நாளேட்டைப் பற்றி ஹிக்கி கருத்தறிவித்த போது, 'எனது பத்திரிகை எல்லாப் பிரிவினருக்கும் உரிய அரசியல் இதழ், வாணிபப் பத்திரிகையான இதில், யாரும் ஊடுருவ முடியாது' என்று பெருமையோடு குறிப்பிட்டார். அந்த ஏடு ஆங்கில மொழியில் வார இதழாக வெளி வந்தது.

வங்காளத்திலுள்ள கல்கத்தா மாநகரில், ஹிக்கி தனது 'வங்காள கெசட்' பத்திரிகையை நடத்தி வந்தாலும், அதற்கான எல்லா வகையான செய்திகள், கருத்துக்கள் அனைத்தையும் அப்போது இலண்டன் நகரிலே இருந்து வந்து கொண்டிருந்த **"London News"** என்ற நாளேட்டுச் செய்திகளில் வரும் குறிப்பிட்டச் செய்திகளைத் திரட்டித் தனது கெசட்டில் வெளியிட்டார். அவ்வளவுக் கருத்துக்களையும் அவர் அப்படியே தனது மொழி நடையில் சிறப்பாக எழுதிப் பிரசுரித்ததால், அந்த ஏட்டிற்கு கம்பெனி பணியாளர்கள் இடையேயும், வெளி மக்களிடையிலும் நல்ல வரவேற்பும், மரியாதையும் வாரத்துக்கு வாரம் பெருகியது.

ஹிக்கி, பத்திரிகை ஆசிரியனுக்கும் பத்திரிகை நடத்துவோனுக்கும் பத்திரிகை சுதந்தரம் தேவை என்பதை உணர்ந்து அதையும் கட்டுரை வடிவில் தனது எண்ணமாக வெளியிட்டார்.

'பத்திரிகை ஆசிரியனால், பத்திரிகையாளனால் ஓர் ஆட்சியில் எதையும் ஆக்கவும் முடியும், அழிக்கவும் முடியும்'

என்ற பேனா முனை வீரர் வால்டேரின் கருத்துக்களுக்குச் சான்றாக, இந்திய விடுதலையின் தந்தையாக இயங்கிய அண்ணல் காந்தி அடிகள், தென் ஆப்பிரிக்காவில் 'இண்டியன் ஒப்பீனியன்' indian opinion என்ற பத்திரிகைக்கு அவர் ஆசிரியராக பணியாற்றியபோதே, பத்திரிகைகளுக்குரிய நான்கு ஒழுக்கங்களை, கடமைகளை வெளியிட்டார். அவை இவை :

1. பத்திரிகைகள் உண்மையாகப் பணி புரியவேண்டும்.
2. உண்மையான கருத்துக்களை மட்டுமே உலகுக்கு உரைப்பது; உணர்த்துவது.
3. நேர்மையாக ஆட்சியின் குறைகளை எடுத்துக் கூறுவது.
4. எதை எழுதினாலும் எழுத்துக்களைத் தன்னடக்கத் துடனேயே ஆட்சி செய்வது

இந்தக் கருத்துக்கள் நான்கும் பல ஆண்டுகளுக்கு மகாத்மா காந்தி கூறியது, இப்போதும் பொருந்தும்.

அண்ணல் மகாத்மா கருத்துக்களை அடிப்படையாகக் கொண்டே, காஞ்சி பெரியவர் சந்திரசேகர பரமாச்சாரியாரும் பத்திரிகையாளர்களுக்குச் சில நெறிகளைக் கூறியுள்ளார். அவைக் கீழ்க்கண்டவை. :

"அச்சு இயந்திரம் கண்டுபிடிக்கும் வரையில் எல்லாக் கல்வியும் வாய்மொழியாகச் சொல்லி, காது வழியாகக் கேட்டே, வழிவழியாக வளர்ந்து வந்திருக்கிறது."

"அந்தக் காலத்தில் பனை ஓலையில் எழுதுகிற தேர்ச்சி பெற்றவர்கள் ஒரு சிலரே இருந்தார்கள். மற்றபடி பெரிய வேத வேதாந்தம் தெரிந்தவர்கள்கூட எல்லாம் செவி வழியேதான் கேட்டறிந்தார்கள்"

“அச்சு இயந்திரங்கள் வந்தன. அப்புறம் நிறையப் புஸ்தகங்கள், நியூஸ் பேப்பர்கள் ஏற்பட்டு விட்டன. பௌராணிகர்கள் இடத்தை இவை பிடித்துக் கொண்டன”.

‘எனவே, பத்திரிகையாளர்களும், எழுத்தாளர்களும் தான் இன்றைய பௌராணிகர்கள். ஸுதரும் மற்றும் பௌராணிகர்களும் எப்படி தர்மங்களை ரஸமான கதைகள் மூலம் பொது ஜனங்களிடையே பிரச்சாரம் செய்தார்களோ, அவ்விதமே செய்ய வேண்டியது இன்றைய பத்திரிகையாளர்கள், எழூத்தாளர்களின் கடமை’.

“ஜனங்களுக்குப் பிடித்ததை மட்டுமே சொல்வது என்று வைத்துக் கொள்ளக் கூடாது. அவர்களின் அறிவை, மனத்தை உயர்த்துகிற விஷயங்களையே எழுத வேண்டும். இதைச் சுவாரசியமாகச் செய்ய வேண்டும். உத்தமமான விஷயங்களைப் புதுப்புது விதங்களில் உணர்த்த வேண்டும்”.

“பத்திரிகையாளர்கள் வாழ்நாள் முழுவதும் மாணாக்கர்களாகவே இருந்தால்தான், இப்படிப் புதுப்புது விஷயங்களை அறிந்து மற்றவர்களுக்குப் பிரச்சாரம் செய்ய முடியும்”

“சத்தியத்தை சர்க்கரைப் பூச்சிட்ட மாத்திரைகளாக்கித் தரவேண்டும். சர்க்கரைப் பூச்சுத்தானே ஒழிய, முழுவதும் சர்க்கரை ஆகிவிடக் கூடாது. வெறும் சர்க்கரை உடம்புக்கு நல்லதல்ல. வெறும் இந்திரிய ரஞ்சகமான சமாச்சாரங்களில்தான் ஜனங்களுக்கு அதிகக் கவர்ச்சி இருக்கிறது என்று சொல்லிக் கொண்டு அவ்விதமே எழுதுவது சரியல்ல”

“ஜனங்களுக்கு ஆத்மாபிவிருத்தி தருகிற முறையில் எழுதுவதற்கு எழுத்தாளர்கள் முனைந்தால், தானாகவே ஜனங்களுக்கு ருசி பிறக்கும்; நம்மையும் உயர்த்திக் கொண்டு

நம் வாசகர்களையும் நாம் உயர்த்த வேண்டும்” என்கிற கடமை உணர்ச்சியைப் பத்திரிகையாளர்களும், எழுத்தாளர்களும் பெற வேண்டும்”

“இவ்விதம் ஆத்ம க்ஷேமம், லோக க்ஷேமம், சாந்தி, சுபிட்சம் எல்லாவற்றுக்கும் மெய்யான சேவை செய்கிற பாக்கியத்தைப் பத்திரிகையாளர்கள், எழுத்தாளர்கள் பெற வேண்டும்” என்று ‘தெய்வத்தின் குரல்’ முதல் தொகுதியில் குறிப்பிட்டுள்ளார்.

○○○

6. தமிழ்நாட்டில் பத்திரிகைகள்

'சென்னை கூரியர்' (Madras Courier) என்ற வார ஏடு 12.10.1785ல் வந்தவற்றுள் ஒன்று. அதன் ஆசிரியர் ரிச்சர்டு ஜான்சன் என்பவர். அவர் கிழக்கிந்தியக் கம்பெனி ஆதரவுடன் அந்தப் பத்திரிகையைத் துவக்கினார். சில மாதங்களானதும் அதை விட்டு விலகி 'ஹாரகாரு' (Harakaru) என்ற இதழைத் துவங்கினார்.

ஓர் ஆண்டு முடிவதற்குள் அதன் ஆசிரியர் காலமாகவே பத்திரிகை நின்று விட்டது. வில்லியம்ஸ் என்பவரால் 1795ஆம் ஆண்டில் 'சென்னை கெசட்' (Madras Gazette) என்ற ஏடும், ஹாம்ப்ரீஸ் என்பவரை ஆசிரியராகக் கொண்டு, 'இந்தியன் ஹெரால்டு' (indian Herald) என்ற பத்திரிகையும் வெளி வந்தன.

இந்தியாவில் உள்ள ஒவ்வொரு மாநிலத்திலும் கிழக்கு இந்தியக் கம்பெனியின் விசுவாசிகளே பத்திரிகை நடத்தும் அனுமதியையும் அதற்கான பிற சலுகைகளையும் பெற்று வந்தார்கள். பிழைப்புக்காகவே பத்திரிகை நடத்துபவர்களாக இருந்தார்களே தவிர, இலட்சியமோ, மக்கள் சேவையோ அவர்களிடம் இல்லை.

இந்தியாவில் பிரிட்டிஷ் ஆட்சியின் தலைமை நிர்வாகம், கிழக்கிந்தியக் கம்பெனியின் நிர்வாகங்கள் அந்தந்த மாநிலத் தலைநகரங்களிலே இயங்கி வந்தன. பெங்கால் ஸ்டேட்டுக்கு அதன் தலைநகர் கல்கத்தாவிலும், பாம்பே ஸ்டேட்டுக்கு அதன் தலைநகரமான பாம்பேயிலும், மெட்ராஸ் ஸ்டேட்டுக்கு அதன் தலைநகரான சென்னை மாநகரிலும் அதனதன் கிழக்கு இந்தியக் கம்பெனி நிர்வாகங்கள் மூலமாக நடந்து வந்தன.

இதில் ஜேம்ஸ் அகஸ்டஸ் ஹிக்கி ஒருவர்தான் பத்திரிகையாளர் என்ற ஆண்மகனாகத் திகழ்ந்து தண்டனைகளையும், அபராதத் தொகைகளையும் கட்டி, 'பிரிட்டிஷ் ஆட்சி எதிர்ப்பு' என்ற தனது இலட்சியத்திற்காக இதழியல் துறையைத் திசை திருப்பும் கலங்கரை விளக்கமாக விளங்கினார். மற்ற எல்லாப் பத்திரிகையாளர்களும் கிழக்கிந்தியக் கம்பெனியின் நிர்வாகத்தில் பிழைப்பு நடத்தினர்.

பம்பாய் மாநில பத்திரிகைகள்

மராட்டிய மாநிலத்தின் முதல் இதழாக, பம்பாய் மாநகரிலிருந்து 'பம்பாய் ஹெரால்டு' (Bombay Herald) என்ற பத்திரிகை 1789ஆம் ஆண்டில் வெளி வந்தது. அடுத்தபடியாக 1790ஆம் ஆண்டில் 'பம்பாய் கூரியர்' (Bombay Courier) என்ற இதழை லூக் ஆஸ்பர்னர் என்பவர் வெளியிட்டார்.

○○○

7. சுதந்திரப் போராட்டத்தில் பத்திரிகைகள்

வங்காள மாநிலத்திலேயே, கிழக்கிந்தியக் கம்பெனியின் நிர்வாக ஒழுங்கை எதிர்த்தும், ஆதரித்தும் பத்திரிகைகள் சில வெளிவந்தன. அரசை எதிர்க்கும் பத்திரிகைகளை விட, ஆதரிக்கும் பத்திரிகைகளே அதிகமாக வெளி வந்தன.

கி.பி. *1790*ஆம் ஆண்டிற்குப் பின்பு ஒவ்வொரு மாநிலத்திலிருந்தும் அவரவர் தாய்மொழிகளில் பத்திரிகைகள் வெளிவர ஆரம்பித்தன. அதே வேகத்தில் அவை வளர்ச்சியும் பெற்றன. அதனால், பத்திரிகைகள் ஒழுங்குமுறைச் சட்டத்தை கிழக்கிந்தியக் கம்பெனி நிர்வாகம் *1790*ஆம் ஆண்டில் கொண்டு வந்தது. இந்த ஒழுங்கு முறைகளால் இதழ்கள் நன்கு வளர்ச்சி பெற்றன.

கல்கத்தாவிலிருந்து 'ஏசியாடிக் மிரர்' (Asiatic Mirror) என்ற பத்திரிகை *1794*ஆம் ஆண்டிலும், *1791*ஆம் ஆண்டில் 'ஓரியண்டல் ஸ்டார்' (Oriental Star) என்ற இதழும், *1795*ஆம் ஆண்டில் 'கல்கத்தா கூரியர்' (Calcutta Courier), 'இண்டியன் அப்பல்லோ'வும் 'பெங்கால் ஹாரகாரு' என்ற ஏடு *1795*ஆம் ஆண்டிலும், 'டெலி கிராப்' (Telegraph) எனும் தாளிகை *1796*லும், 'ரிலேட்டர்' "Relater" எனும் இதழ் *1799*ஆம் ஆண்டிலும் அடுத்தடுத்து வெளிவந்து கொண்டே இருந்தன.

வாரன்ஹேஸ்டிங்ஸ் தலைமை ஆளுநர் பொறுப்பில் இருந்து விலகிச் சென்றதும், லார்டு வெல்லெஸ்ஸி (Lord Wellesley) என்பவர் *13.5.1799*ல் தலைமை ஆளுநராகப் பதவியேற்ற பின்பு, பத்திரிகைகளுக்கான ஒழுங்குமுறைகள் திட்டம் ஒன்றை அவர் வெளியிட்டார்.

1. ஒவ்வொரு பத்திரிகையிலும் யார், அதை அச்சிடுகிறார்கள்? ஆசிரியர் யார்? சொந்தக்காரர் யார்? முகவரி என்ன? என்ற விவரத்தை வெளியிட வேண்டும்.

2. பத்திரிகை ஆசிரியர், அதன் சொந்தக்காரர் இருவரும் தலைமைச் செயலாளரிடம் அவரவருடைய முகவரிகளைக் கூற வேண்டும்.

3. என்ன செய்திகளைப் பத்திரிகையில் வெளியிட ஆசிரியரும், உரிமையாளரும் விரும்புகின்றனரோ, அவற்றை எல்லாம் அரசு தலைமைச் செயலரிடம் காண்பித்து, அவருடைய முன் ஒப்புதலைப் பெற்ற பின்பே அச்சிட வேண்டும்.

4. பத்திரிகைகளை ஞாயிற்றுக் கிழமை தோறும் வெளியிடக் கூடாது.

5. ஒரு பத்திரிகையின் கட்டுப்பாட்டாளர்; அந்த ஏட்டின் ஆசிரியரோ, அச்சகத்தாரோ, உரிமையாளரோ அல்லர்; அரசின் செயலாளர்தான் அதன் கட்டுப்பாட்டாளர் ஆவார்.

6. மேற்கண்ட விதிகளை மீறுபவர்களுக்கு வழக்கு மன்றமோ, அபராதம் விதிப்பதோ ஏதும் கிடையாது. உடனே அவர்கள் நாடு கடத்தப்படுவார்கள் என்பவை தான் லார்டு வெல்லெஸ்ஸி வெளியிட்ட பத்திரிகைச் சட்டம்.

ஏறக்குறைய 13 ஆண்டுகளுக்குப் பிறகு, 1813ஆம் ஆண்டில் மீண்டும் வாரன்ஹேஸ்டிங்ஸ் தலைமை ஆளுநராகப் பொறுப்பேற்றுக் கொண்டார் கம்பெனி ஆட்சிக்கு. இவர் வெல்லெஸ்லி போட்ட பத்திரிகைச் சட்டத்தின் கெடுபிடியைச் சிறிது தளர்த்தியதால், மறுபடியும் இதழியல் துறையில் கணிசமான வளர்ச்சியும், கண்ணியமான கருத்துக்களும் இடம் பெற்று வலம் வந்தன.

வாரன் ஹேஸ்டிங்ஸ் பதவி ஏற்ற பின்பு, 1815ஆம் ஆண்டில், 'வங்காள கெசட்' என்ற பத்திரிகை ஆங்கில

வார ஏடாக வெளி வந்தது. இதன் ஆசிரியர் கங்காதர் பட்டாச்சாரியார். இந்த பத்திரிகை ஒரே ஒரு வருடம் மட்டுமே வெளி வந்து நின்றது.

இராசாராம் மோகன்ராய் பத்திரிகைச் சுதந்திரத்துக்காக வீதி வீதியாகக் கூட்டம் போட்டுப் பொது மக்களுக்குப் பத்திரிகையின் அருமை பெருமைகளைப் பறையறைந்து பத்திரிகைச் சுதந்தர வீரர் ஹிக்கிக்கு வாரிசாக விளங்கினார்.

இந்திய விடுதலை இயக்கம் மக்களிடையே பரபரப்பாகவும், விறுவிறுப்பாகவும் இந்தியா முழுவதுமாகப் பத்தொன்பதாம் நூற்றாண்டில் சரியாகப் பரவாமல் இருந்ததற்குக் காரணம், பத்திரிகை பலம் பெருகாததே காரணமாகும்.

கங்காதர் பட்டாச்சாரியார், இராஜராம் மோகன்ராய், ஜேம்ஸ் சில்க் பக்கிங்ஹாம், ஜேம்ஸ் அகஸ்டஸ் ஹிக்கி போன்ற ஒரு சிலரின் பத்திரிகைகள் மட்டுமே அப்போது தோன்றின.

அவற்றில் கூட பிரிட்டிஷ் ஆட்சியரின் ஒழுக்கக் கேடுகளை அம்பலப்படுத்தும் பத்திரிகைகளே அதிகமாக வெளிவந்தன. அதனால், அகில இந்திய தேசியக் காங்கிரசின் முற்போக்குக் கொள்கைகள் மக்கள் இடையே நன்றாக வேரூன்றாமல் இருந்தன.

இந்திய தேசியக் காங்கிரஸ் இயக்கம் 1885ஆம் ஆண்டில் தோற்றுவிக்கப்பட்ட பிறகு, அதன் தலைவர்கள் நகர்தோறும் பேரவை மாநாடுகள் போன்ற அகில இந்தியக் கூட்டங்களை நடத்தி, பிரிட்டிஷ் ஆட்சியிடம் கோரிக்கை மனுக்களைக் கொடுக்கும் பணிகளே அவர்களுக்குச் சரியாக இருந்தது.

இருபதாம் நூற்றாண்டில் இந்திய விடுதலை இயக்கத்தில், வட நாட்டிலும் தென்னாட்டிலும் பத்திரிகைகள் பல ஆரம்பிக்கப்பட்டு, அவை தீவிரமாகக் கொள்கைப் போர் நடத்தும் நிலை உருவானது. அதனால், இந்திய இதழ்களின் வளர்ச்சிக்கும் ஓர் உத்வேகம், பரபரப்பு, விறுவிறுப்பு, சுறுசுறுப்பு ஏற்பட்டது. பத்திரிகைகள் மக்கள் இடையே தீவிரமடைந்தன.

இந்தத் தீவிர உணர்ச்சிகளை அப்போதையக் காங்கிரஸ் இயக்கத் தலைவர்கள் ஒன்று திரட்டி, பிரிட்டிஷ் பேரரசுக்கு எதிராகப் போராடத் திட்டம் வகுக்கும் செயற்பாடுகளில் ஈடுபட்டார்கள்.

மாராட்டிய மாநிலத்தைச் சேர்ந்த விஷ்ணு கிருஷ்ண சிப் லாங்கர் என்பவர் மராட்டிய மொழியில் கேசரி (Kesari) என்ற பத்திரிகையையும், இங்லீஷில் 'மராட்டா' (Mahratta) எனும் இதழையும் துவக்கி நடத்தினார். இந்தப் பத்திரிகைகளைத்தான் பிற்காலத்தில் பால கங்காதர திலகர் எனும் மராட்டியத் தலைவர் ஏற்று நடத்தினார். நாட்டில் சுதந்திர ஆர்வத்தை வளர்க்க இந்த இரண்டு பத்திரிகைகளையும் திறம்பட நடத்தினார் பாலகங்காதர திலகர். தனது பத்திரிகைகளின் மூலம் தேச பக்தியைத் தீவிரமாகப் பரப்பிய திலகர் மீது ஆங்கிலேயர் ஆட்சி குற்றம் சாட்டியது. இதனால் திலகர் சிறைக்கும் சென்றார்.

பம்பாய் நகரில் பல ஆண்டுகளாக நீதித் துறையில் பணியாற்றிய நீதிபதி மகாதேவ கோவிந்த ரானடே விருப்பத்திற்கேற்ப 1887 ஆம் ஆண்டில் மகாத்மா காந்தியடிகளின் அரசியல் ஆசானான பாரிஸ்டர் கோபால கிருஷ்ண கோகலே என்ற மிதவாதக் காங்கிரஸ் இயக்க அணியின் தலைவர் ஆசிரியராக அமர்ந்து 'சர்வ ஜன சபை' (Sarva Jana Sabha) என்ற ஆண்டுக்கு நான்கு முறை வெளிவரும் காலாண்டு பத்திரிகையை நடத்தினார்.

கோபால கிருஷ்ணன் கோகலே 'சுதாரக்' (Sudharak) என்று ஆங்கிலத்திலும், மராத்தியிலும் பத்திரிகைகளை நடத்தி தேசியப் பிரச்சனைகளை மக்களுக்கு உணர்த்தினார்.

இந்திய விடுதலைப் போராட்டத்தை தனி வழியில் நடத்திச் சென்றவர் சுபாஷ் சந்திரபோஸ்.

தீவிரவாத காங்கிரஸ்காரராக விளங்கிய தாஸ், என்பவர் தொடங்கிய சுயராஜ்யா என்ற பத்திரிகையின் ஆசிரியராக நேதாஜி பொறுப்பு வகித்தார். காந்தியின் அமைதிப் போராட்டத்தைவிட ஆயுதம் தாங்கிய துணிச்சலான

போராட்டமே விடுதலையைப் பெற்றுத் தரும் என்று முழங்கிய நேதாஜி, தீவிரமான கருத்துகளைப் பத்திரிகையில் எழுதினார்.

மகாத்மா காந்தி தென்னாப்பிரிக்காவில் இந்தியர்களின் உரிமைகளுக்காக 'இந்தியன் ஒப்பீனியன்' என்ற பத்திரிகையைத் தொடங்கினார். இதன் உரிமையாளர் வேறொருவர் என்றாலும் காந்தியே பத்திரிகையின் முழு மூச்சாக செயல்பட்டார்.

இந்தியாவில் 1919ல் 'யங் இந்தியா' பத்திரிகையை தொடங்கி அதன் ஆசிரியராக மகாத்மா காந்திசெயல்பட்டார். அகிம்சையாகப் போராட வேண்டும் என்ற தத்துவம் தந்த காந்திஜி, பத்திரிகையில் ஆங்கிலேய அரசை கடுமையாக விமர்சித்து எழுதினார்.

பிற்படுத்தப்பட்ட மக்கள் நலன்கள் மற்றும் உரிமைகளுக்காக ஹரிஜன் என்ற ஆங்கில இதழையும் 1933ல் காந்திஜி நடத்தினார். நவஜீவன் என்ற பத்திரிக்கையும் தொடர்ந்து நடத்தினார். காந்தியடிகள் தேசிய இயக்கப் பத்திரிகைகளுக்கு தக்க அறிவுரை கூறும் தந்தையாக இருந்தார்.

இங்கிலாந்தில் பிறந்த அன்னிபெசன்ட் அம்மையார், இந்தியாவிற்கு வந்து, நம் நாட்டு விடுதலைக்காக 'ஹோம் ரூல்' இயக்கத்தை ஆரம்பித்தார். தடைகளை மீறி சுதந்திரப் போராட்டங்களில் பங்கேற்று சிறை சென்றார். 'காமன் வீல்', 'நியூ இந்தியா' பத்திரிகைகளை ஆரம்பித்து, தனது கருத்துக்களை மக்களிடம் பரப்பினார். பெண் கல்விக்காகக் குரல் கொடுத்தார்.

எளிய தமிழில் வீரமூட்டும் கவிதைகள் மூலம் நாட்டை சுதந்திர போராட்டத்துக்குத் தயாராக்கியவர் மகாகவி சுப்பிரமணிய பாரதியார். சுப்பிரமணிய ஐயரால் நடத்தப்பட்டு வந்த 'சுதேசமித்திரன்' பத்திரிகையில் உதவி ஆசிரியராக பணிபுரிந்தார் பாரதியார். பாரதியின் ஒவ்வொரு எழுத்தும், ஒவ்வொரு பேச்சும் தாய் மண்ணின் சுதந்திரத்தைப் பற்றியே இருந்தது. சக்கரவர்த்தினி, இந்தியா, விஜயா, சூரியோதயம், கர்மயோகி, தர்மம் ஆகிய தமிழ் இதழ்களிலும், பாலபாரதா,

யங் இந்தியா ஆகிய ஆங்கில இதழ்களிலும் பணியாற்றி விடுதலை உணர்வு பொங்க எழுதினார்.

திரு.வி.க., ‘தேசபக்தன்’, ‘நவசக்தி’ ஆகிய இதழ்களை நடத்தினார். அவர் ஆன்மிகவாதியாகவும் தொழிலாளர்களின் தோழராகவும் திகழ்ந்தபோதிலும் சுதந்திரப் போராட்டத்திற்கு அவரது எழுத்து ஊக்கமும் ஊட்டமும் அளித்தது. அதுமட்டுமல்லாமல் அரவிந்தர் நடத்திவந்த ‘வந்தேமாதரம்’ இதழை சென்னைக்கு வரவழைத்த திரு.வி.க. மக்களிடம் அதைப் படித்துக் காண்பித்து சுதந்திர கருத்துகள் பரவ வழிவகை செய்தார்.

பிரபல நாவலாசிரியரான பக்கிம் சந்திர சட்டர்ஜி “ஆனந்த மடம்”, “தேவி”, “சவுது ராணி” முதலிய நாவல்களின் மூலம் புரட்சி உணர்ச்சிகளைப் பரவச் செய்தார். இவருடைய ‘வந்தே மாதரம்’ தேசிய கீதப் பாடல் வங்காளிகளிடையே புரட்சி வேகத்தை அதிகரிக்கச் செய்தது.

இந்தியத் தேசியக் காங்கிரஸ் பேரவையில் 1907ஆம் ஆண்டில் பெரும் பிளவு ஏற்பட்டது. அப்போது காங்கிரஸ் மிதவாத அணியிலே கோகலே இருந்தார். உடனே தனது தொண்டர்களோடு ‘தக்காண சபை’ (Deccan Sabha) என்ற ஓர் அமைப்பை நிறுவினர். இந்திய ஊழியர் சங்கம் என்பதை அமைத்தார். இந்த சங்கம் சார்பாக ‘தியான் பிரகாஷ்’ (Dhyan Prakash) என்ற பத்திரிகையை நடத்தினார். பத்திரிகைச் சுதந்திரத்திற்காக இந்த இதழ் கடுமையாகப் போரிட்டது.

பிரிட்டிஷ் அரசு, செய்தித் தாள் சட்டம் என்ற ஒரு சட்டத்தை 1908ஆம் ஆண்டு கொண்டு வந்தது. இதை குற்றங்களுக்குத் துண்டிவிடும் சட்டம் என்று அதாவது (The News Papers (Incitement to Offences Act VII) என்று அரசு குறிப்பிட்டது.

எந்தப் பத்திரிகை ஆசிரியர் கலகங்களைத் தூண்டிவிடும் வகையில் செய்திகளை எழுதுகின்றாரோ, அவர்மீது நடவடிக்கை எடுத்திட, உள்ளூர் அதிகாரிகளுக்கு இது அனுமதியளிக்கும் சட்டமாகும். இந்தச் சட்டத்தின்படி

பத்திரிகைகள் மீது அரசு ஒழுங்கு நடவடிக்கை எடுத்தது. அதில் ஏழு பத்திரிகைகளை அரசு கைப்பற்றியது.

சுப்பிரமணிய சிவா, வ.வே.சு ஐயர் போன்றோரும் இதழ்களின் வாயிலாக சுதந்திரப் போராட்டத்தை கொழுந்துவிட்டு எரியச் செய்தனர். 'பாக்கிய லட்சுமி' என்ற பெயரில் நடத்திய பத்திரிகை தனித்துவம் வாய்ந்ததாகத் திகழ்ந்தது. சுப்பிரமணிய சிவா 'இந்திய தேசாந்திரி', 'பிரபஞ்ச மித்திரன்', 'ஞானபானு' ஆகிய இதழ்களை நடத்தினார்.

'தினமணி' நாளிதழைத் தொடங்கிய தஞ்சைத் தரணியைச் சேர்ந்த சதானந்த், ஆங்கிலேயர்களுக்கே சவால் விடும் வகையில் 'த பிரி பிரஸ் நியூஸ் ஏஜென்சி' என்ற செய்தி நிறுவனத்தையும் நடத்தினார். 'பிரி பிரஸ் ஜெர்னல்' என்ற ஆங்கில நாளிதழையும் அவர் நடத்தினார்.

வ.உ. சிதம்பரனார் பத்திரிகை நடத்தவில்லை என்றபோதிலும் அவ்வப்போது பத்திரிகைகளில் அழுத்தம் திருத்தமான கருத்துகளை எழுதியுள்ளார். 'சுயராஜ்யம்' என்ற இதழை வெளியிட வ.உ.சி. ஏற்பாடு செய்தார். பாரதத்தில் உள்ள சுதேசி மொழிகள் அனைத்திலும் தேசபக்த உணர்வைத் தூண்டும் வகையில் பத்திரிகையை வெளிக்கொண்டுவர வேண்டும் என்பது அவரது விருப்பம். இதற்காக அவர் முயற்சியும் மேற்கொண்டார். ஆனால் துரதிருஷ்டவசமாக இதழ் வெளிவருவதற்கு முன் சதிவழக்கில் அவர் கைது செய்யப்பட்டுவிட்டார்.

எஸ்.எஸ். வாசன், 'ஆனந்த விகடன்' வாயிலாக சுதந்திரப் போராட்டக் கருத்துக்களைப் பரப்பினார். இது ஜனரஞ் சகமான பத்திரிகைதான் என்றபோதிலும் விடுதலை உணர்வு சார்ந்த படைப்புகளும் பளிச்சிட்டன. கல்கி கிருஷ்ணமூர்த்தியின் தியாகபூமி போன்ற படைப்புகள் ஆனந்த விகடனில்தான் அரங்கேறின. மகாத்மா காந்தியின் மனைவி கஸ்தூரிபாய் காந்தி வாழ்க்கை வரலாற்றை 'கஸ்தூரி திலகம்' என்ற பெயரில் ஆனந்த விகடனில்தான் பரணிதரன் எழுதினார்.

ஆனந்த விகடனிலிருந்து விலகிய கல்கி, தனது பெயரிலேயே 'கல்கி' என பத்திரிகை தொடங்கினார். வரலாற்று நாவல்களின் தாக்கத்தால் கல்கியின் விற்பனை விருவிருவென ஏறியது. மகாத்மா காந்தி, ராஜாஜி போன்றோரின் எண்ணங்களை இதழ்தோறும் கல்கி வெளியிட்டது. மகாத்மா காந்தி நவகாளி யாத்திரை மேற்கொண்டபோது எழுத்தாளர் சாவி, நேரடியாக நவகாளிக்கே சென்று மகாத்மா காந்தியுடன் யாத்திரையில் பங்கேற்றதுடன் நவகாளி யாத்திரை என்ற பெயரிலேயே கல்கியில் எழுத்தோவியம் தீட்டினார்.

மிண்டோ மார்லி சீர்திருத்தங்கள் என்ற சட்ட நடவடிக்கைகள் பெயரால், பத்திரிகைகளை அடக்க அரசுக்கு அதிகாரம் அளித்தது. இந்தச் சட்டத்தை மதன்மோகன் மாளவியா, பூபேந்திர நாத்பாசு, பிரோஷ்ஷா மேத்தா ஆகியோர் நாடாளுமன்றத்தில் வன்மையாகக் கண்டித்தார்கள்.

'இந்திய இதழ்கள் சட்டம்' என்றொரு சட்டம் 1910ஆம் ஆண்டு அரசினரால் கொண்டு வரப்பட்டு, அதன் வாயிலாகப் பிணையத்தொகை கட்ட வேண்டும் என்றார்கள். இந்தக் கெடுபிடிமுறையால் எட்டு பத்திரிகைகள் பழிவாங்கப்பட்டன.

பாலகங்காதர திலகர் மீதும், அவரது பத்திரிகை மீதும் அரசுக்கு எதிராகச் செயல்பட்ட வழக்கு தொடுக்கப்பட்டது. இவ்வாறு பல பத்திரிகைகளை அரசு ஒடுக்க நடவடிக்கை மேற்கொண்டது.

ஆங்கில ஏகாதிபத்தியம் பத்திரிகைகளை இவ்வாறு பழி வாங்கி, அதன் ஆசிரியர்களைச் சிறையிட்டது. அவர்களை நாடு கடத்தி வாட்டி வதைத்தது. ஆனாலும், எந்தப் பத்திரிகை ஆசிரியரும் பயந்து ஓடிப் பதுங்கிக் கொள்ளவில்லை. வருவது வரட்டும் என்று அரசு எதிர்ப்புகளைத் தங்களது பத்திரிகை வளர்ச்சிக்கு உரமாக்கிக் கொண்டார்கள்.

அரசு எதிர்ப்புக்கு அஞ்சாத பத்திரிகைகள் சில:

திலகரின் 'கேசரி', அரவிந்தரின் 'வந்தே மாதரம்', விவேகானந்த அடிகளாரின் சகோதரர் பூபேந்திர நாத்தின்

'ஜூகந்தா' பிரமோபந்தா உபாத்தியாயாவின் 'சந்தியா', பிரோஷ்ஷா மேதாவின் 'பாம்பே கிரானிக்கிள்', மௌலான முகமுது அலியின் 'காம்ரேட்', அபுல்கலாம் ஆசாதின் உருது இதழ், 'அல்ஹிலால்', வி.எஸ். சீனிவாசச்சாரியார் 'செர்வெண்ட் ஆஃப் இந்தியா'.

இந்தப் பத்திரிகைகள் ஆங்கிலேயர் ஆட்சியை எதிர்த்து கருத்துக்களைத் துணிவுடன் பரப்பின. கர்ஜனையிட்டுக் கொண்டிருந்த வேங்கைகளாக உலாவின.

இதழ்களை வருவாய் இழப்பில் நடத்தாமல் இலாபத்தில் நடத்தும் வழியை உருவாக்கி, உலகிலேயே அடிகள் ஒரு பெரும் பத்திரிகை ஆசிரியர், நிறுவனர், நடத்துனர் என்ற நற்பெயர்களை எடுத்து, அதை நிலைத்து நிற்கவும் வழி காட்டியவர் காந்தி பெருமான். அவர் நடத்திய எல்லா ஏடுகளும் ஓர் உன்னதமான உயர்ந்த இலட்சியத்தோடு நடந்தவைகளே தவிர, பணத்துக்காக எதையும் எழுதலாம் என்ற கீரர்கள் போக்கை அறியாதவர், தெரியாதவர்! எனவே, அந்தப் பத்திரிகைகளை அறநோக்கோடும், அகிம்சைப் போக்கோடும் நடத்திக் காட்டியவர் அடிகள்.

அண்ணல் ஆங்கில அடக்கு முறைகளைப் பற்றித் தனது 'யங் இந்தியா' ஏட்டில் ஒருமுறை குறிப்பிடும்போது, "அடக்கப்பட்ட உணர்ச்சிகளோடு பத்திரிகைகளை நடத்துவதைவிட அவற்றை வெளியிடாமலே இருப்பது நல்லது" என்று குறிப்பிட்டது இளம் பத்திரிகையாளர்களுக்கான ஓர் அறிவுரை ஆகும்.

காந்தியடிகள் பத்திரிகை ஆசிரியரான பிறகு, அவரைப் பின்பற்றி, சுவடுகள் மாறாமல் பல பத்திரிகைகள் வட இந்தியாவிலும், தென் இந்தியாவிலும் வெளிவந்தது.

விடுதலைப் போர்க் காலத்தில் இந்தியா முழுவதும் நடைபெற்று வந்த பத்திரிகைகள் எல்லாம் ஆற்றிய பங்குகளை ஒரு தனி வரலாறாக எழுதும் அளவு பத்திரிகையாளர்கள் ஆற்றிய பங்கு அளப்பரியது.

○○○

8. பிரிட்டிஷ் ஆட்சியில் பத்திரிகை சட்டங்கள்

பத்திரிகைச் சுதந்திரம்

'வாள்முனையின் வலிமையைவிட பேனா முனையின் சக்தி பலம் வாய்ந்தது' என்றான். பிரெஞ்சு நாட்டின் எழுத்துலகச் சிற்பியான வால்டேர்! என்ன காரணம் அதற்கு?

'ஒரு பேரரசை, ஏகாதிபத்திய ஆட்சியைப் பேனா முனையில் அழிக்கவும் முடியும்; ஆக்கவும் முடியும். எழுதுகோல் சிந்தனையால் கவிழ்க்கவும் இயலும்; காக்கவும் முடியும்' என்றான் சமயப் பற்றற்ற அந்தச் சான்றோன்.

அதனால்தான் அரசியல் சட்டத்தை மக்களாட்சிக்காக வகுத்த வித்தகம், அரசியல் சட்டம், நாடாளுமன்றம்; நீதிமன்றம் என்ற முப்பெரும் சக்திக்கும் மேலாக நான்காவதாகப் பத்திரிகைப் பலத்தை அரணாக அமைத்தது.

எனவே, ஓர் அரசு நிலையாகச் செயல்பட வேண்டுமானால் பத்திரிகைகள் அவற்றின் உரிமைகளோடு சுதந்திரமாகச் செயல்படவேண்டும் என்று எண்ணினர் அரசியல் மேதைகள்.

அவை அவ்வாறு செயல்படாமற்போனால், ஆட்சிக்கு அடிமைகளாக இயங்கினால், எந்த மக்களாட்சியாலும் நாட்டுக்குரிய நலன்களைச் செய்யமுடியாமல், கேடுகளை, தீமைகளை உருவாக்கும் என்பது உறுதி.

இன்றையப் பத்திரிக்கைகள் வெளியிடும் செய்திகளில், எழுதும் கருத்துக்களில் எவை உண்மை, எவை உண்மையற்றவை என்பதை மக்களால் புரிந்துகொள்ள

முடியவில்லை. அவற்றால் நாட்டிலே குழப்பங்களும், கலகங்களும், கலவரங்களும், அராஜகங்களும், அநீதிகளும் உண்டாகின்றன.

அதற்கு அடிப்படை நோக்கங்கள் என்ன? பத்திரிகையாளர்களில் பலர் ஒரு செய்தியை அவரவர் விருப்பு வெறுப்புகளுக்கு ஏற்றவாறு வெளியிடுகின்றனர். எதற்கெடுத்தாலும், உரிமைகள், சுதந்திரம் என்று அலறிக்கொண்டு வியாபாரக் குறிக்கோள்களுடன், பண ஆசையுடன், கட்சி நோக்குடன், அரசியல் லாப நட்டப் பதவி வெறிப் பிடிப்புகளுடன் செய்திகளை அவரவர் கண்ணோட்டங்களுக்கேற்ப வெளியிடும் அதர்மச் செயல்களிலே ஈடுபட்டு வருகின்றனர்.

அத்தகையச் செய்திகளை, கருத்துக்களைப் படிக்கும் மக்களில் பலர், மிருக உணர்ச்சிகளுக்குப் பலியாகின்றார்கள். பாலுணர்ச்சிகளுக்கு இரையாகின்றார்கள். சாதி, மத, அரசியல், பொருளாதாரப் பேதக் கலகங்களுக்கு ஆட்பட்டு, அரசியல், மதவியல், சாதிவியல் கலவரங்களை உருவாக்குகின்றார்கள். மக்கள் அமைதியான வாழ்க்கையை நடத்த முடியாமல் கோப, தாப உணர்ச்சிகள் உண்டாகி அடிதடி, குத்துவெட்டு, காவல் நிலையங்களின் கோரக் கெடுபிடிச் செயல்கள், இறுதியாக நீதிமன்ற நிழலை நாடி அமைதிகாணும் களைப்பு நிலைகள் ஏற்படுகின்றன.

சுதந்திரமாக உள்ள நாடுகளானாலும், அடிமை நாடுகளானாலும், ஆங்காங்கே இத்தகையச் சம்பவங்கள் அடிக்கடி தலைவிரித்தாடுவதை நாம் பார்க்கின்றோம். அத்தகையக் காலங்களில் பத்திரிகைகளில் வரும் செய்திகளை கருத்துக்களை ஒரு வரம்புக்குள் கட்டுப்படுத்தும் சூழ்நிலைகள் உண்டாகின்றன.

இந்த நோக்கத்தைத் தவிர்க்க வேண்டும் என்று எண்ணிய ஸி.சி.ஷி.சர்க்கார், தனது 'இந்தியாவில் பத்திரிகைகள் நிலை' என்ற நூலில் 'பத்திரிகைச் சுதந்திரம் என்பது ஒரு தேவையான தீமையாகும்' என்கிறார்.

பத்திரிகைச் சுதந்திரத்தைச் தவறாகப் பயன்படுத்தும் இதழ்களுக்கும், சரியாக நடத்தும் பத்திரிகைகளுக்கும் இடையே உள்ள கட்டுப்பாடுகளில், ஒரு நடுநிலை நோக்கு உருவாக்கப்பட வேண்டும்' என்று அவர் குறிப்பிட்டுள்ளார்.

'சர்க்கார்' எழுதிய நோக்கத்திற்கு மாறாக, ஆங்கிலேயர் ஆட்சி, பத்திரிகைகள் மீது ஏவி விட்ட அடக்கு முறைகளையும் நாம் உணர்ந்ததால்தான், அவர் ஏன் அவ்வாறு குறிப்பிட்டார் என்பதின் அருமையை நம்மால் உணர முடியும்.

இந்தியாவில் ஆங்கில ஏகாதிபத்தியம் ஏறக்குறைய இரண்டரை நூற்றாண்டாக நடைபெற்று வந்தது. அந்தக் கால கட்டத்தில் இந்திய மொழிகளில் பத்திரிகைகள் ஆரம்பிக்கப்பட்டு நடந்தும் வந்தன.

அந்தப் பத்திரிகைகள் தனது நாட்டின் அடிமை விலங்கைத் தகர்த்தெறியத் தீவிரமாக உழைத்தன. ஆங்கிலேயர் ஆட்சி இந்தியர்களை மிருக உணர்ச்சிகளோடு நடத்தி வந்தக் கொடுமைகளை எதிர்த்து அவை எழுதின. அரசாங்கத்தில் இந்திய மக்களுக்குரிய வாழ்வியல் உரிமைகள் வழங்கப்பட வேண்டுமென்பதற்காக அக்காலப் பத்திரிகைகள் போராடின. அதற்காகவே, அகில இந்திய தேசியக் காங்கிரஸ் பேரவை என்ற இயக்கம் 1885ஆம் ஆண்டில் துவக்கப்பட்டது.

அந்த நேரத்தில் மக்களுக்குத் தேசிய சுதந்திர உரிமைகள் தேவை என்பதற்காக இந்தியர்களால் ஆங்கிலேயர் ஆட்சியிடம் ஏராளமான மனுக்கள் கொடுக்கப்பட்டன. அவற்றை எல்லாம் அந்த அன்னிய அரசு மதிக்கவில்லை.

இங்கிலாந்திலிருந்து வெள்ளையர்களைக் கொண்டு வந்து, இந்திய அரசு ஆட்சிப் பதவிகளில் வலிய வலியத் திணித்து, இந்திய மக்களின் சாதாரண சமத்துவ உரிமைகளைக்கூட புறக்கணித்த ஆட்சிக் கொடுமைகளை எதிர்த்து, இந்திய மொழிகளில் பத்திரிகைகளை ஆரம்பித்து நடத்திப் போராடின.

மக்களின் அந்த அடிப்படை வாழ்க்கையின் நியாயமான உரிமைகளைத் தங்களது பத்திரிகைகளில் எழுதியும், மனுக்கள்

பல கொடுத்தும், நேரிடையாகப் பெரிய அதிகாரிகளைப் பேட்டிகண்டும், தலைமை ஆளுநரைக் கேட்டுப் பார்த்தும் சலித்துவிட்ட காரணத்தால், இந்தியப் பத்திரிகைகள் சற்று காரசாரமாகவே ஆட்சியை எதிர்த்து எழுத ஆரம்பித்தன.

இந்திய மக்களுக்காக கேட்கப்பட்ட உரிமைகளை, வசதிகளை ஆங்கில அரசு வழங்காததோடு, உரிமைக்காக வாதாடும் பத்திரிகைகளை அடக்குமுறைகளால் அழித்துவிடச் சில தடைச் சட்டங்களை இயற்றி அமல்படுத்த ஆரம்பித்தது.

அந்தச் சட்டங்கள் எப்படிப்பட்டவை என்பதை உணர்ந்தால்தான் நாம் எப்படிப்பட்ட ஏகாதிபத்திய வெறிபிடித்த ஆட்சியின் கீழ் அடிமைகளாக வாழ்ந்தோம் என்பதை அறியலாம்.

பிரிட்டிஷ் ஆட்சியில் பத்திரிக்கை சுதந்திரத்தை அழிக்க இந்தியாவில் கொண்டுவந்த இதழியல் சட்டங்கள் பற்றி பார்ப்போம்.

1867ஆம் ஆண்டில் உருவான இதழ் சீர்திருத்தச் சட்டம் எண். 25

இந்தச் சட்டம் ரிப்பன் பிரபு ஆட்சிக் காலத்தில் கொண்டுவரப்பட்ட சட்டமாகும்.

பத்திரிகைகள் நன்கு வளர்ச்சி பெறும் நோக்கங்களோடு இந்தச் சட்டம் பல சீர்திருத்தங்களைப் பெற்றிருந்தது.

இந்தச் சட்டம் *1867* ஆம் ஆண்டில் கொண்டு வரப்பட்டிருந்தாலும், இன்று வரையிலும் அது உயிரோடு நடமாடி வருகிறது. அந்தச் சட்டத்தின் நோக்கங்கள் பின் வருமாறு :

1. அச்சகம் நடத்துவோர், நீதிபதி ஒருவர் முன்பு உறுதி மொழிப் பத்திரம் எழுதித் தரவேண்டும்.
2. அச்சக உரிமையாளரும், பத்திரிகை வெளியிடுவோரும், எங்கே அதை அச்சடிக்கிறோம் என்ற இடத்தின் முகவரியை அரசுக்குத் தெரியப்படுத்த வேண்டும்.

3. அச்சடிக்கப்பட்ட பத்திரிகைகளின் இரண்டு பிரதிகளை அரசுக்குக் கொடுக்கப்பட வேண்டும்.

பத்திரிகைகளைக் கொடுக்கத் தவறுகின்றவர்களுக்கு அபராதம் 2000 ரூபாய் அல்லது 6 மாதம் சிறைத் தண்டனை வழங்கப்படும்.

இவைதான், 1867ஆம் ஆண்டின் பத்திரிகைச் சட்டத்தின் சீர்த்திருத்தங்களாகும்.

1887ஆம் ஆண்டு வந்த நாடு கடத்தல் சட்டம். எண்27

ஆளுநர் ரிப்பன் பிரபுக்குப் பிறகு, 20 ஆண்டுகள் கழித்து, 1887ஆம் ஆண்டில் ஜான் லாரன்ஸ், மேயோ பிரபு என்ற இருவரும் இந்தச் சட்டத்தைக் கொண்டு வந்தார்கள்.

ஆங்கில அரசுக்கு எதிரான கருத்துக்களை எழுதும் பத்திரிகை ஆசிரியர்கள், இந்திய எல்லைகளை விட்டே துரத்தப்படுவார்கள். அதாவது பால கங்காதர திலகர் தனது ‘கேசரி’ பத்திரிகையில் வெள்ளையர் ஆட்சியை எதிர்த்து எழுதியதற்கு பர்மாவிலே உள்ள மாண்டலே காராக்கிரகத்திலே பூட்டிக் கொடுமைபடுத்தியதைப் போல, இப்போது 1887ஆம் ஆண்டில் வந்த சட்டமும் பத்திரிகை ஆசிரியர்கள் நாடுவிட்டு வேறோர் நாட்டுக்கு விரட்டியடிக்கப்படுவர் என்பதுதான் அந்த சட்டத்தின் முக்கிய நோக்கமாகும்.

ஒருவேளை அந்த ஆசிரியர்கள் நாடு கடத்தப்படுபவராக இல்லாவிட்டால், குறைந்த அளவு 3 ஆண்டுகள் சிறை தண்டனையை அனுபவித்தாக வேண்டும்.

அந்தச் சட்டம் இந்தியன் பீனல் கோடு 124கி, 153கி, 505 ஆகிய பிரிவுகளுக்கு ஏற்றவாறு அமல்படுத்தப்பட்டு தண்டனைகளை வழங்கும். எனவே, மேற்கண்ட பிரிவுகளால் இணைக்கப்பட்ட அராஜகச் சட்டம் இது.

1878ஆம் ஆண்டில் வெளியான இந்திய மொழிப் பத்திரிகைச் சட்டம் **(THE VERNACULAR PRESS ACT OF-1878)**

மேயோ பிரபுவும், ஜான் லாரன்சும் கொண்டு வந்த இந்த சட்டம், பத்திரிகை ஆசிரியர்கள் இடையே பெரும் எதிர்ப்பைப் பெற்றது. அதனால் இதழ்கள் உலகமே புரட்சி மனப்பான்மை என்ற தீ வளைய வட்டத்துக்குள் நுழைந்து தங்களையே தியாகம் செய்யத் தயாரான நேரத்தில், தலைமை ஆளுநராக அப்போது பொறுப்பேற்றிருந்த லிட்டன் பிரபு கொண்டு வந்த இந்திய மொழிகளது பத்திரிகைச் சட்டம் வெளியானது.

லார்டு லிட்டன் ஆட்சியின்போது பத்திரிகைகள் ஆங்கில ஆட்சியை எதிர்த்து நெருப்புக் குவியல் நடையில் எழுதின. அதனால் சட்டமெனும் தீயணைப்பு இயந்திரச் சக்தியைப் பயன்படுத்தினால்தான், அந்த நெருப்புக் கனல் நடை எதிர்ப்புக்களைச் சமாளிக்க முடியும் என்று எண்ணிய லார்டு லிட்டன், இங்கிலாந்து பாராளுமன்றத்துக்கு இந்தியப் பத்திரிகை உலகின் சூழ்நிலையை எடுத்துரைத்த அவர், மன்றத்தின் ஒப்புதலையும் பெற்றுவிட்டார். அந்த ஒப்புதலுக்கேற்ப சட்டம் திருத்தப்பட்டது.

பத்திரிகை நடத்துபவர்கள், ஒரு குறிப்பிட்ட பணத்தொகையை முன் ஜாமீனாக, அதாவது பிணையத் தொகையாக Deposit ஆகக் கட்ட வேண்டும்.

ஆட்சி மீது மக்களுக்கு வெறுப்பும், ஆத்திரமும் பொங்குமாறு பத்திரிகையில் எழுதக் கூடாது.

இனம், மதம், சாதி, மொழிகளில் பேதங்களை உண்டாக்கி, அதனால் கலவரங்களைத் தூண்டிவிடும் நோக்கங்களில் பத்திரிகைச் செய்திகளை வெளியிடக் கூடாது.

மேலே கூறப்பட்ட விதிகளை ஏற்றுக் கொண்டதாக, அச்சகத்தாரும், பத்திரிகை பதிப்பிப்போரும் நீதிபதி முன்பு அல்லது காவல்துறை அதிகாரியிடம் உறுதிமொழிப் பத்திரம் எழுதிக் கொடுக்க வேண்டும்.

அவ்வாறு ஆட்சியை எதிர்த்து எழுதினால், நீதிபதி அல்லது காவல்துறை அதிகாரிகளுக்கு பத்திரிகைகளைப் பறிமுதல் செய்துவிடும் அதிகாரமும் அவர்களுக்கு உண்டு.

மேற்கண்டவர்கள் எடுக்கும் நடவடிக்கைகள் எதுவாக இருந்தாலும், அவற்றை எதிர்த்து நீதியின் சந்நிதானப் படிக்கட்டுகளைக் கூட மிதிக்கக் கூடாது, அதாவது கோர்ட்டுக்குப் போக முடியாது.

இந்தச் சட்டத்தை மீறுபவர்களுக்கு முதல் முறையாக எச்சரிக்கை மணி ஒலிக்கப்படும். அந்த ஓசையைக் கேட்க மறுத்ததற்கேற்ப, மீண்டும் அதே தவறைச் செய்தால், கட்டப்பட்டிருந்த முன்பணம் பறிபோகும். அதற்குப் பிறகு அபராதமும் விதிக்கப்படும். சிறை தண்டனையும் உண்டு.

லார்டு லிட்டன் பிரபுவால், இங்கிலாந்து பாராளுமன்ற ஒப்புதலோடு கொண்டு வரப்பட்ட இந்திய மொழி இதழ்ச் சட்டம், பத்திரிகை உலகுக்கு பெரும் கேடுகளை விளைவிப்பதாய் விளங்கியது.

அந்த நேரத்தில் தமிழ்நாட்டில் அதிகமான தாய்மொழிப் பத்திரிகைகள் நடத்தப்படவில்லை. அதனால், சென்னை மாநிலப் பத்திரிகை வட்டத்துக்கு அதிகப் பாதிப்புகள் ஏதுமில்லை.

ஆனால், இந்தியாவின் பிற மாநிலங்களிலும், குறிப்பாக வங்காள மொழியில் வெளிவந்த ‘அமிர்தபசார்’ என்ற பத்திரிகையை அந்தச் சட்டம் வெகுவாகப் பாதித்ததால், இரவோடு இரவாக அந்த ஏடு மனம் மாறி இங்கிலீஷ் மொழிப் பத்திரிகையாகிவிட்டது.

லார்டு லிட்டன் பிரபுவுக்குப் பிறகு, மீண்டும் மனித நேயம் படைத்த ரிப்பன் பிரபுவே தலைமை ஆளுநராகப் பதவி ஏற்றார். அப்பாது கொடுங்கோலன் லிட்டன் சட்டத்தை அவர் திரும்பப் பெற்றுவிட்டார்.

1908ஆம் ஆண்டில் வெளிவந்த குற்றத் தூண்டல் தடுப்புச் சட்டம் (INSITEMENT OF OFFENCER ACT OF 1908)

நாட்டில் நடைபெறும், கொலை, கொள்ளை, திருட்டு போன்றக் குற்றங்களைத் தூண்டுகின்ற செய்திகளை, கட்டுரைகளை வெளியிடும் பத்திரிகைகள் மீது, அரசு நீதிமன்றத்தில் முறையிட்டால், அந்தப் பத்திரிகைகளை, அச்சடிக்கும் அச்சகத்தை பறிமுதல் செய்யும் அதிகாரம் நீதிபதிக்கு வழங்கப்பட்டிருந்தது.

அந்த நீதிபதியின் தீர்ப்பு, பத்திரிகையாளர்கட்குப் பாதகமாக இருந்தால் அதை எதிர்த்து மேல் நீதிமன்றத்துக்குச் சென்று முறையீடு செய்திட 15 நாட்கள் கெடு கொடுக்கப்பட்ட வசதியும் ரிப்பன் பிரபு காலத்தில் வழங்கப்பட்டது.

லிட்டன் பிரபு ஆட்சியிலிருந்த இந்தச் சட்டத்திற்குப் பலியான பத்திரிகைகள், அச்சகங்களின் எண்ணிக்கை 963 ஆகும். அவருடைய ஐந்தாண்டுக் கால ஆட்சியில், பத்திரிகைகள் கட்டியிருந்த Deposit தொகை, அதாவது பறிமுதலான பிணையத் தொகை ஐந்து லட்சம் ரூபாய் ஆகும். அந்தக் காலத்தில் 5 லட்சம் என்றால் மிகப் பெரிய தொகை.

1910ஆம் ஆண்டின் பத்திரிகைகள் சட்டம் (THE PRESS Act of 1910)

அகில இந்திய தேசியக் காங்கிரஸ் பேரவையின் வளர்ச்சி நாளுக்கு நாள் ஆல்போல் தழைத்து மக்கள் மனதிலே அருகு போல வேரோடி வந்தது. இதற்குக் காரணம், ஆண்டாண்டும் இந்த பேரியக்கம் ஒவ்வொரு மாநிலத்திலும் புகழ்பெற்ற கல்விமான்களையும், வழக்குரைஞர்களையும் பல்கலை வித்தகர்களையும், தோற்றுவித்து, அவர்கள் தங்களது உடல், உயிர், உடைமை அனைத்தையும் தேசத்திற்குக் காணிக்கையாக்கவும் தயாராக இருந்த நிலைதான்!

பண்டித மோதிலால் நேரு, ஜவகர்லால் நேரு, லாலா லஜபதி ராய், சித்த ரஞ்சன் தாஸ், சுபாஷ் சந்திர போஸ், அரவிந்தர், வீர சாவர்கர், பால கங்காதர திலகர், கோபால

கிருஷ்ண கோகலே, இராசேந்திர பிரசாத், வல்லபபாய் படேல், டி.பிரகாசம், நீலம் சஞ்சீவரெட்டி, பெருந்தலைவர் காமராசர், இராசாசி, முத்துரங்க முதலியார், சத்தியமூர்த்தி ஐயர், குமாரசாமி ராஜா, பசும்பொன் முத்துராமலிங்க தேவர், சிலம்புச் செல்வர் ம.பொ.சி., ப.ஜீவானந்தம், கப்பலோட்டிய தமிழன் வ.உ.சிதம்பரம் பிள்ளை, சுப்பிரமணிய சிவா, சேலம் விசயராகவாசாரி, நிஜலிங்கப்பா, மொரார்ஜி தேசாய் போன்ற அரும்பெரும் தியாகமணிகளது எழுத்தும், பேச்சும், உழைப்பும், சிந்தனைத் திறனும் ஆங்கிலேயர் ஆட்சிக்குப் பேரிடியாய் ஒலித்துக் கொண்டே இருந்தன.

அண்ணல் காந்தியடிகள், தென் ஆப்ரிக்கா வாழ் இந்தியர்களுடைய மனித உரிமைகளுக்காக, சமத்துவ வாழ்க்கைக்காகத் தென்னாப்ரிக்காவில், இதே பிரிட்டிஷ் சாம்ராச்சிய ஆணவ ஆட்சியை எதிர்த்துப் போராடிக் கொண்டிருந்த நேரம்.

உரலுக்கு ஒரு பக்கம் இடி என்றால், மத்தளத்திற்கு இரு பக்கமும், இடியாக இடிக்கும் அரசியல் நெருக்கடிகளை இந்தியாவிலும், தென்னாப்ரிக்காவிலும் கிரேட் பிரிட்டன் பேரரசு அனுபவித்துக் கொண்டிருந்தது.

இந்தக் காலக் கட்டத்தில் தேசியக் காங்கிரசுக்கு ஆதரவாகவும், நாட்டின் விடுதலை உணர்ச்சிகள் ஆங்காங்கே மக்கள் இதயக் கடலிலே ஆர்த்த அலைகளாய் பொங்கி, எழுந்து, புரண்டு, உருண்டு பேரிறைச்சல்களை எழுப்பிக் கொண்டிருந்த நேரமாக இருந்தமையால், இந்திய மாநிலங்கள் தோறும் அவரவர் தாய் மொழியில் பத்திரிகைகள் தோன்றி ஆங்கில ஆட்சியை எதிர்த்து எழுதிப் போராடி அதிரடித்துக் கொண்டிருந்தன.

பத்திரிகைச் செய்திகளின் உணர்ச்சிகளை நாள்தோறும் படித்து வந்த மக்களின் சுதந்திர எழுச்சி வேகத்தை, ஆங்கில ஆட்சியால் தாக்குப்பிடிக்க முடியாத நிலை உருவாகி வருவதைக் கண்ட ஆங்கில வெறிபிடித்த அதிகாரிகள், எப்படியாவது பத்திரிகைகள் எழுச்சியை அடக்கி ஒடுக்கிட வேண்டும் என்று திட்டமிட்டார்கள்.

அந்தத் திட்டத்தின் எதிரொலிதான், 1910ஆம் ஆண்டில் வெளிவந்த பத்திரிகையாளர் சட்டம். இந்தச் சட்டம் லார்டு லிட்டன் காலத்தைய சட்டத்தைவிட மிகக் கடுமையாக இருந்தது.

இந்தச் சட்டத்தின் அடக்குமுறை ஆற்றல் என்ன தெரியுமா? பத்திரிகை நடத்துவோர் 500 ரூபாய் முதல் 2000 ரூபாய் வரை தங்களது பத்திரிகைக்கு முன் ஜாமின் பணம் கட்ட வேண்டும். செய்த குற்றத்தையே மீண்டும் பத்திரிகைகள் செய்யுமானால், ஏற்கனவே கட்டப்பட்டிருந்த பிணையத் தொகையை இழக்க வேண்டும் என்பது மட்டுமல்ல, வாழ்க்கை நடத்துவதற்காக வருவாய் தேடும் அச்சகத்தையும் அந்தச் சட்டம் பறிமுதல் செய்துவிடும்.

ஆட்சிக்கு எதிரான செய்திகளை வெளியிட்டால், அஞ்சலக அதிகாரிகள் அந்தப் பத்திரிகைகளை அந்தந்த ஊர் முகவர்களுக்கு அனுப்பாமல் நிறுத்தி வைத்துவிடும் அதிகாரத்தையும் ஆங்கில ஆட்சியர் அஞ்சலகத் துறைக்கு அளித்திருந்தார்கள்.

அச்சடித்த பத்திரிகைப் பிரதி ஒன்றை பத்திரிகை உரிமையாளர் அரசுக்கு உடனடியாக அனுப்பி வைக்க வேண்டும். அதிகாரிகள் அளிக்கும் தண்டனையை எதிர்த்துப் பத்திரிகையாளர் நீதிமன்ற விசாரணைக்குப் போக முடியாது. இந்தக் கடுமையான அடக்குமுறைச் சட்டத்தை பத்திரிகையாளர்கள் மீதும், குறிப்பாக அதன் ஆசிரியர்கள் மேலும் ஏவி விட்டது ஆங்கில ஏகாதிபத்திய ஆட்சி!

இந்த அதிகாரக் கெடுபிடிகளால் முன் ஜாமீன் தொகையைக் கட்ட முடியாத பத்திரிகைகள் எல்லாம் நின்றுவிட்டன. இன்றைக்கு பாண்டிச்சேரியில் நடக்கின்றதே அரவிந்தர் ஆஸ்ரமம், அதன் உரிமையாளரான அரவிந்த கோஷ் தனது ‘வந்தே மாதரம்’ பத்திரிகையை உடனே நிறுத்திவிட்டு, பத்திரிகைத் துறையில் பிரிட்டிஷ்காரர்கள் அதிகாரப் பேயாட்டங்களைப் பொறுக்க முடியாமல், அரசியலை விட்டே ஓடி வந்தார்.

பிரெஞ்சு ஆட்சி நடக்கும் பாண்டிச்சேரி நகருக்குள் சந்நியாசியாக நுழைந்து ஆன்மீகவாதியாக மாறிய அவர், ஆஸ்ரமம் நடத்த ஆரம்பித்துவிட்டார்! அவ்வளவு கொடுமைகளை அந்தச் சட்டம் பத்திரிகையாளர்களுக்குக் கொடுத்துக் கொண்டே இருந்தது!

இவ்வளவு அதிகாரக் குத்தலையும், குடைச்சலையும் கொடுத்துக் கொண்டிருந்த அந்தச் சட்டக் கொடூரத்தைக் கண்ட அதே ஆட்சி, 1921ஆம் ஆண்டில் அதாவது பதினோறு ஆண்டுகளுக்குப் பிறகு, சர் தேஜ் பகதூர் சாப்ரூ என்பவர் தலைமையில் ஒரு குழுவை அமைத்து, அதன் சாதக பாதகங்களின் பரிந்துரைகளைக் கேட்டு, 1910ஆம் ஆண்டின் பத்திரிகைச் சட்டத்தை ஆங்கில அரசு திரும்பப் பெற்றுக் கொண்டது.

1930ல் இயற்றப்பட்ட செய்தித்தாள் அவசரச் சட்டம்

பத்திரிகையாளர்கள் 1921ஆம் ஆண்டு முதல் 1930 வரை, சற்று நிம்மதியான சிந்தனைகளோடு தொழிலை வளர்த்து வந்தார்கள். ஆனால், நாட்டு மக்களது விடுதலைப் போர் உணர்ச்சிகளைப் பத்திரிகையாளர்களால் தடுத்து நிறுத்த முடியுமா என்ன? மக்களது சுதந்திரப் புரட்சி நாளுக்கு நாள் நெய் பெய்யப்படும் நெருப்பு போல புகைந்து புகைந்து சுடர்ப் பொறிகளை வெடித்து வீசிக் கொண்டே இருந்தது.

சுதந்திரச் சுடர்கள் மக்கள் இதயத்திலே பொறிகளாக வெளிவரக் காரணம் பத்திரிகைகள்தான் என்பதை உணர்ந்த ஆட்சியின் அதிகாரிகள், 1930ஆம் ஆண்டில் செய்தித்தாள் அவசரச் சட்டம் என்ற ஒரு சட்டத்தைக் கொண்டு வந்தார்கள்.

என்ன இந்தச் சட்டத்தின் நோக்கம்? ஏன் அவசரம் அவசரமாக இந்தச் சட்டம் வந்தது? என்றெல்லாம் விவரம் கேட்ட பத்திரிகையாளரிடம், ஆட்சி அதிகாரிகள் அறிவித்த அறிவிப்பு என்ன தெரியுமா?

"அவசியம் எப்போதெல்லாம் ஆட்சிக்கு ஏற்படுகின்றதோ, அப்போதெல்லாம் செய்தித்தாள்களை நிறுத்தி வைப்போம்"

என்ற உரிமையை அரசிற்கு அந்தச் சட்டம் வழங்கியுள்ளது என்றார்கள் அந்த அதிகாரிகள்!

இந்த அவசரச் சட்டத்தைக் கண்டு எந்த இந்திய மொழிப் பத்திரிகையாளர்களும் அயரவில்லை; அஞ்சவில்லை. அவர்கள் மேலும் மேலும் எரி எண்ணெயில் தோய்த்த தீப்பந்தம் போலவே எரிந்து எரிந்து எழுதினார்கள். உரிமைத் தீ சுடரிட ஆரம்பித்தது.

1931ல் பத்திரிகைகள் சந்தித்த நெருக்கடிக் கால அவசரச் சட்டம் (INDIAN PRESS EMERGENCY ACT 1931)

இந்திய விடுதலைப் போரின் தந்தையான அண்ணல் காந்தியடிகள் அடிக்கடி அறப்போர் புரிந்து வருவது உலக நாடுகள் எல்லாம் அறிந்த ஒன்று.

அதற்கேற்ப காந்தியடிகள் 1931ஆம் ஆண்டில் வெள்ளையர் ஆட்சியை எதிர்த்து சட்டமறுப்பு அறப்போர் இயக்கம் நடக்கும் என்று அறிவித்ததால், போராட்டமும் நடந்து கொண்டிருந்தது.

மக்கள் அறப்போராட்டத்தின் உணர்ச்சிகளைப் படம்பிடித்துக் காட்டிய பத்திரிகைகள் மீது, ஏகாதிபத்திய ஆட்சி 1931ஆம் ஆண்டில் இயற்றிய சட்டத்தைப் பத்திரிகையாளர்கள் மீது ஏவியது.

பத்திரிகைகள் 2000 ரூபாயை முன் ஜாமீனாக ஏற்கனவே கட்டி வந்த நிலையை மாற்றி, இப்போது 10,000 ரூபாயைப் பிணையத் தொகையாகக் கட்ட வேண்டுமென கட்டளையிட்டது. பத்திரிகையாளர்கள் மட்டுமல்ல; எந்த அச்சகம் அந்தப் பத்திரிகையை அச்சடிக்கின்றதோ, அந்த அச்சகத்தாரும் 10,000 ரூபாயைப் பிணையத் தொகையாகக் கட்ட வேண்டும் என்பது அச்சட்டத்தின் முதுகெலும்பு நோக்கமாகும்.

இவற்றுக்கெல்லாம் மேலான கொடுமை என்னவென்றால்,

அச்சகமும், பத்திரிகை உரிமையாளரும் கட்டிய பிணையத் தொகைகளை, மாநில அரசுகளே கபளீகரம் செய்து கொள்ளும் அதிகாரமும் உடையது

1932 ல், மற்ற நாடுகளின் வெளிஉறவு முறைச் சட்டம் (FOREIGN REGULATION ACT 1932)

உலகப் பேரரசு என்றால், போர்க் கால நடவடிக்கைகளை அடிக்கடி சந்திக்கும் சூழ்நிலைகள் அதற்கு உருவாவதுண்டு. *1914* ஆம் ஆண்டில் உலக முதல் போர் ஆரம்பமாகி, *1918*ல் முடிந்தபோது, உறவு நாடுகள் பகை நாடுகள் என்ற அணிகள் உருவாயின.

அதிலும் குறிப்பாக, ஐரோப்பா கண்டம் என்றாலே, எப்போது பார்த்தாலும் தமிழ்நாட்டு மூவேந்தர்களைப் போல எங்காவது ஒரு மூலையில் போரொலி கேட்டுக் கொண்டே இருக்கும் கண்டம் அது! இங்கிலாந்து நாட்டுக்குக்கும் அதில் பங்குண்டு என்பது உலக வரலாறு.

அதற்கேற்ப, கிரேட் பிரிட்டனுக்கும் நட்புறவு நாடுகள், பண்டைய நாடுகள், பகை நாடுகள் ஆகிய அணிகள் உண்டாகலாமல்லவா? அதனால், அவற்றுக்கு எதிராக இந்தியப் பத்திரிகைகள் பத்திரிகை மூலம் எந்தவிதக் கருத்தையும் கூறிட வாயைத் திறக்கக் கூடாது.

வெளிநாடுகளின் உறவு இருக்கும்வரை எந்த ஒரு செய்தியினையும் ஆதரித்தோ எதிர்த்தோ பத்திரிகைகளில் எழுதக் கூடாது என்பதற்காகவே கொண்டு வரப்பட்ட சட்டம் இது.

1934ல் வெளி வந்த இந்திய அரசின் பாதுகாப்புச் சட்டம்

இந்தச் சட்டம் இந்தியாவிலே உள்ள சிற்றரசுகளைச் செய்தித்தாள்கள் தாக்கி எழுதக் கூடாது என்று பத்திரிகையாளர்களது பேனாமுனைகளுக்குத் தடை விதிக்கப்பட்ட சட்டம் இது. ஏனென்றால், சிற்றரசுகள் எல்லாம் சுதந்திரப் போராட்டத்திற்கு ஆதரவு தரும் சூழ்நிலைகள் அமைந்துவிடக் கூடாது என்பதில் உறுதியாக இருந்தனர்.

○○○

9. பத்திரிகை வரலாற்றில் இராஜாராம் மோகன்ராய்

இராஜா ராம் மோகன்ராய் பெண்களுக்கு நீதி வேண்டும் என்று அரும்பாடுபட்ட முதல் இந்திய மேதை.

கணவன் இறந்தால், துணைவனின் உடல் எரியும் சிதை நெருப்பிலேயே பெண்கள் துடிதுடிக்க எரிந்துச் சாம்பலாக வேண்டும் என்ற ‘சதி’ எனும் கொடுமையான மூடப் பழக்க வழக்கத்தை எதிர்த்து இராஜாராம் மோகன் ராய் போராடினார். *(1829ஆம் ஆண்டில் ஆங்கிலேயர் இராஜப் பிரதிநிதியாகப் பணியாற்றிய லார்டு வில்லியம் பெண்டிங் உதவியால் ‘சதி’ திட்டத்தைச் சட்ட விரோதமாக்கி வெற்றி பெற்றார்! சதி திட்டத்தை வீழ்த்திப் பெண்களுக்குரிய நீதியை நிலை நாட்டிய சீர்திருத்த மா வீரராக இராஜராம் மோகன்ராய் திகழ்ந்தார்!)*

கணவன் இறந்த பிறகு பெண்கள் மறுமணம் செய்து கொள்ளும் திட்டத்திற்காக அவர் போராடினார்.

பெண்களுக்குக் குடும்பச் சொத்தில் பங்கு கொடுக்க வேண்டும் என்று இராஜாராம் போராட்டம் செய்தார்.

பலமனைவிகள் திருமணத்தைச் சட்ட விரோதமாக்கிட ராம்மோகன் ராய் ஆங்கிலேயர் ஆட்சிக்கு அறிவுறுத்தினார்.

பெண்களை விலைக்கு விற்கும் மூடப் பழக்க வழக்கத்தை எதிர்த்தும், ‘பெண் விடுதலை’ என்ற இயக்கப் போராட்டத்தை நடத்தியும், இராஜராம் மோகன்ராய் வெற்றி கண்டார்.

இந்து மதத்திலுள்ள உருவ வணக்க ஆராதனையைச் செய்து வந்த கல்கத்தா பிராமணர்களின் மூடப் பழக்க வழக்கத்தை எதிர்த்துப் போராடினார்.

அதற்காக சமஸ்கிருத மொழியிலிருந்த கோனோபநிடதத்தையும், ஈசோட நிடதத்தையும் வங்காள மொழியிலும், ஆங்கில மொழியிலும் மொழி பெயர்த்து அச்சிட்டு, மக்களுக்கு இலவசமாகக் கொடுத்தார்.

கல்கத்தா தெருக்கள்தோறும் பொது மக்கள் கூட்டத்தைக் கூட்டி, வேதங்களில் உருவ வணக்கம் உண்டா? நிரூபிக்கத் தயாரா? என்று பிராமணர்களுக்குச் சவால் விட்டுக் கூட்டம் நடத்தினார். 'வேதாந்த சாரம்' என்ற நூலை ஆங்கிலத்தில் அச்சிட்டு இந்து மதத்தின் பெருமைகளை உலகறியச் செய்திடப் போராடினார்.

'இயேசு நாதர் இறைவனல்லர் நம்மைப் போலவே அவரும் ஒரு மனிதர்; அவர் உபதேசங்கள் உயர்ந்தவை; அவற்றை ஏற்கலாம்; ஆனால், அவரைக் கடவுளாக வழிபடுவது தவறு' என்று கூறி, கிறித்தவர்களை எதிர்த்துப் போராடினார்.

எனவே, இராஜாராம் மோகன் ராய் வாழ்க்கையே ஒரு போராட்ட வாழ்க்கையாக அமைந்தது. குடும்பப் போராட்டம், உறவின் முறையாரோடு போராட்டம், பிராமணர்களோடு போராட்டம், கிறித்தவப் பாதிரிமார்களோடு போராட்டம், இந்து மதப் புலவர்களோடு கொள்கை ஆய்வுப் போராட்டம், இறுதியாக ஆங்கிலேயே ஆட்சியாளர்களை எதிர்த்துப் பத்திரிகைச் சுதந்திரத்திற்காக நடத்தியப் போராட்ட வெற்றி. இவ்வளவு போராட்டங்களையும் அவர் அறிவு ஒன்றை நம்பியே போராடி வெற்றி கண்டார்.

இறுதியாக, இராஜா ராம்மோகன் ராய் நடத்திய பத்திரிகைச் சுதந்திரத்தின் விவரத்தையும் இதோ பாருங்கள்; படியுங்கள்.

பத்திரிகைகளுக்குச் சுதந்திரம் வேண்டும்

இருபது ஆண்டுகள் வரை மோகன் ராய் ஓயாமல் பத்திரிகைகளில் எழுதினார். அவர் எழுதிய நூல்களையும், ஆசிரியராக இருந்த பத்திரிகைகளையும் கணக்கிட்டால் ஒரு தனி மனிதர் செய்த காரியங்களா இவை? என்ற மலைப்பு உண்டாகும்.

வங்காள மொழியில் அவர் 'ஒருவனே தேவன்' கொள்கைக்கான பிரார்த்தனைப் பாடல்களை இயற்றினார். அவருடைய உரைநடை மிகவும் எளிமையானது. ஆனால், வலிமை மிக்கது. நவீன வங்காள உரைநடைக்கு அவரே வழிகாட்டி; அடிமைப்பட்டுக் கிடந்த இந்நாட்டில் தேசிய உணர்ச்சி ஊட்டி பத்திரிகைகளைத் தோற்றுவித்த முதல்வர் அவரே. "இந்திய தேசியப் பத்திரிகைகளின் தந்தை" என்றே அவர் இன்றும் போற்றப்படுகிறார்.

முதல் பார்ஸீ வாரப் பத்திரிகையான 'மிராத்உல்அக்பார்' (அறிவுக் கண்ணாடி) அவரால் தொடங்கப்பட்டது. அதில் அரசியல் செய்திகளோடு விஞ்ஞானம், இலக்கியம், வரலாறு பற்றியக் கட்டுரைகளும் வெளிவந்தன.

கல்வித் துறை பற்றிய அவர் கருத்துக்களையும் அப்பத்திரிகை ஏந்தி வந்தது. அந்தப் பார்ஸீ பத்திரிகைக்கு முன்னால் அவர் வங்காளியில் 'சம்வாத கௌமுதி' என்று வாரப் பத்திரிகையை நடத்தினார்.

மக்களுடைய மனோபாவத்தை வெளியிடுவதும், பிரதிபலிப்பதும், உருவாக்குவதும் பத்திரிகைகளின் பொறுப்பு. இப்பணியை மோகனர் செவ்வையாகச் செய்து வந்தார். அப்போது, இது அடிமை நாடுதானே?

ஆங்கிலேய ஆட்சியாளர்கள் பத்திரிகைகளுக்குச் சுதந்திரம் வழங்க விரும்பவில்லை. தேசியக் கருத்துகளுடன் வெளியாகும் பத்திரிகைகளைக் கட்டுப்படுத்தவும் விரும்பினார்கள்.

1823ஆம் ஆண்டு மார்ச் மாதம் 14ஆம் நாள் 'பத்திரிகைக் கட்டுப்பாட்டுச் சட்டத்தை' இயற்றி ஆங்கிலேயர் அமலுக்குக் கொண்டு வந்தனர்.

தம்முடைய பார்ஸீ வாரப் பத்திரிகையில் மோகனர் அச்சட்டத்தைக் கண்டித்துப் பல கட்டுரைகள் எழுதினார். அதன் பயனாக ஆட்சியாளர்களின் வெறுப்பை அவர் சம்பாதித்துக் கொண்டார். அவர் தனது பார்ஸீ பத்திரிகையை நிறுத்த வேண்டிய நிர்பந்தம் ஏற்பட்டது.

ஆனால், இராஜாராம் மோகன் ராய் அவர்களின் இடைவிடாத முயற்சிகளின் விளைவாக, 1835ஆம் ஆண்டில் இந்தியப் பத்திரிகைகள் மீதிருந்த கட்டுப்பாடுகளை கிழக்கிந்திய கம்பெனி ஆட்சியாளர்கள் ஓரளவு தளர்த்தினார்கள்.

○○○

10. திராவிடர் இயக்க இதழ்கள்

அறிஞர் அண்ணா அவர்கள் 1967ஆம் ஆண்டில் முதல் அமைச்சரான பிறகு, தமிழர் இலக்கிய மரபுக்கேற்ப அதற்குத் 'தமிழ்நாடு' என்று பெயரிட்டார்.

தந்தை பெரியார் அகில இந்தியத் தேசியக் காங்கிரஸ் பேரியக்கத்தை விட்டு வெளியே வந்த பிறகு, சுய மரியாதை இயக்கம் என்ற ஓர் அமைப்பைக் கண்டு, பிறகு அது அண்ணா அவர்கள் தீர்மானத்திற்கேற்ப, திராவிடர்க் கழகமாக மாற்றப் பட்டது. அந்தத் தாய்க் கழகத்திலே இருந்து தோன்றியதுதான் திராவிடரியக்கம்.

தந்தை பெரியார் கண்ட திராவிடரியக்கத்தை, அதன் கொள்கைகளைப் பலப்படுத்திட, அந்த இயக்கத்தின் சார்பாக, எண்ணற்ற திராவிடரியக்கப் பத்திரிகைகள் வெளிவந்துள்ளன.

பெரியாரின் குடியரசு இதழ், திராவிட இயக்கப் பத்திரிகைகளுக்குத் தாயாகவும் திகழ்ந்தது. 'விடுதலை', 'திராவிட நாடு' ஆகியவை வெளி வந்தது.

அறிஞர் அண்ணா பி.ஏ.(ஆனர்ஸ்) தேர்வுகளை எழுதி முடித்த பின்பு, 1936ல் பெரியாரை அண்ணா திருப்பூர் செங்குந்தர் மாநாட்டில் சந்தித்தார். 'விடுதலை' நாளேட்டிலும், 'ரிவோல்ட்' பத்திரிகையிலும் ஆசிரியராகப் பணியாற்றி அற்புதமான கட்டுரைகளையும், அரசியல் விமர்சனங்களையும், மறுமலர்ச்சித் தமிழ்நடையில் எழுதி, படித்த மாணவர்களிடம் மதிப்பைப் பெற்று, கழகத்துக்கு மாணவரணியை உருவாக்கினார்.

காஞ்சிபுரத்தில் ‘திராவிட நாடு’ என்ற வாரப் பத்திரிகையை அண்ணா துவக்கினார். அந்த இதழுக்குப் பெரியாரும் நன்கொடை கொடுத்தார். ஆங்கிலத்திலே ஹோம் லேண்டு (Home Land), ‘ஹோம் ரூல்’ (Home Rule) என்ற பத்திரிகைகளையும், ‘திராவிட நாடு’, ‘காஞ்சி’ என்ற வார இதழ்களைத் தமிழிலும் பல ஆண்டுகளாக நடத்தினார். அவரது எழுத்துக்கள் மூட நம்பிக்கையின் முதுகெலும்புகளை முறித்தன. தன்மானக் கட்டுரைகள், இனமானக் கட்டுரைகள், தமிழாபிமானக் கட்டுரைகள், தம்பிக்குக் கடிதங்கள் என்ற கடிதக் கட்டுரைகள், வரலாற்று ஆய்வுச் சமுதாயச் சீர்த்திருத்த நாடகங்கள் ஆகியவற்றைக் கணக்கற்று எழுதியெழுதி தனக்கென வாசகர் வட்டத்தை ஊரூருக்கு உருவாக்கிக் கொண்ட ஊக்கச் சிற்பியாக உலா வந்தவர் அண்ணா.

‘அண்ணா’ நாளேடு

மக்கள் திலகம், நடிகர் எம்.ஜி.இராமச்சந்திரன் தனது அரசியல் கொள்கைப் பிரச்சாரத்துக்காக அறிஞர் அண்ணா அவர்களது பெயரால் நாளேடாக நடத்தும் நிறுவனராக விளங்கினார். அந்த ஏடும் திராவிடாரியக்க அவரது அரசியல் வளர்ச்சிக்காக நடத்தப்பட்ட உணர்ச்சிப் பத்திரிகையாக நடந்தது.

அறிஞர் அண்ணா அவர்கள் 1962 ஆம் ஆண்டு சட்டப்பேரவை தேர்தலில் தி.மு.க. சார்பாகப் போட்டியிட்ட வேட்பாளர்களில் 50 பேரை வெற்றி பெறச் செய்து சட்டமன்ற உறுப்பினர்களாக்கினார். காஞ்சிபுரத் தொகுதியில் அறிஞர் அண்ணா தோல்வி கண்டார். பிறகு தில்லி நாடாளுமன்ற மாநிலங்களவை உறுப்பினரானார்.

அந்த நேரத்தில் அண்ணா இங்லீஷ் வார இதழை நடத்த விரும்பினார். ஹோம் லேண்ட் (Home Land) ‘Home Rule’ என்ற பத்திரிகைகளை நடத்தினார். அற்புதமான அவரது ஆங்கில நடை கட்டுரைகள், வடநாட்டில் பெரிதும் பாராட்டுப் பெற்றன. அண்ணாவின் ஆங்கிலப் பத்திரிகைக்கு திருச்சி

எம்.எஸ் வெங்கடாசலம், நாவலர் தம்பி. இரா. செழியன், எம்.பி., ஏ.எஸ். வேணு போன்ற கழக எழுத்தாளர்கள் துணை ஆசிரியர்களாகப் பணியாற்றினார்கள்.

ஜஸ்டிஸ் கட்சியின் நிறுவனத் தூண்களில் ஒருவராக இருந்த சர்.ஏ. இராமசாமி முதலியார் அவர்களின் மூத்தமகன் டாக்டர் ஏ. கிருஷ்ணசாமி பாரிஸ்டர். 1942ஆம் ஆண்டில் Liberator என்ற ஆங்கில நாளேட்டை ஆரம்பித்தார். 1952ஆம் ஆண்டு வரை அந்த நாளேடு ஜஸ்டிஸ் கட்சிக் கொள்கை வளர்ச்சிக்காக உழைத்தது.

ooo

11. சுதந்திரம் பெற்ற பிறகு தமிழ்ப் பத்திரிகைகள்

இந்தியா சுதந்திரம் பெற்ற பிறகு, பத்திரிகைகள் நடத்த விரும்புவோர், அவரவர் எண்ணங்களுக்கு ஏற்றவாறு 'நடுநிலை' இதழ்கள் என்ற பெயரிலே தினசரி, வாரம், திங்கள், மும்மாத இதழ்கள், ஆண்டு மலர்கள், வாரம் இருமுறை ஏடுகள், மாதம் இருமுறை இதழ்கள் என்று ஏராளமான பத்திரிகைகள் வெளிவருவதும், பொருளாதார நெருக்கடிகளால் அவை நின்றுபோவதுமாக இருக்கின்றன.

மதுரை மாநகரிலே இருந்து வெளிவந்த 'தமிழ் நாடு' என்ற பத்திரிகையைக் கருமுத்து தியாகராச செட்டியார் உண்மையான தமிழ் வளர்ச்சிப் பற்று நோக்கோடு நடத்தினார். நல்ல நோக்கத்திற்குத் தான் சமுதாயத்தில் வரவேற்பு அதிகமிருக்காதே! அதனால், அந்தத் தமிழ்நாடு இதழ் நின்றுபோய், பிறகு வார இதழாக வெளிவந்து, இறுதியில் அதுவும் நிறுத்தப்பட்டுவிட்டது.

கோவை நகர் 'நவ இந்தியா'

கோவை மாநகரில் இருந்து 'நவ இந்தியா' என்ற ஒரு நாளேட்டை இராமகிருஷ்ணன் என்பவர் நடத்தினார். பிறகு தலைநகரமான சென்னை மாநகருக்கு அந்தப் பத்திரிகையை இடம் மாற்றிப் பார்த்தார், அப்படியும் நடத்த முடியாமல் நின்று விட்டார்.

'நவ சக்தி' தனுஷ்கோடி

தமிழ்த் தென்றல் என்று தமிழ் மக்களால் மதித்துப் போற்றப்படும் திரு.வி.க. அவர்கள் 'நவசக்தி' என்ற வார இதழைத் துவக்கினார். வெற்றிகரமாகத்தான் நடத்தினார்!

அவருக்குப் பிறகு முருக தனுஷ்கோடி என்ற தேசிய வாதியால் பெருந்தலைவர் காமராசர் ஆதரவோடு காங்கிரஸ் கட்சிக் கொள்கைகளைச் சுமந்த நாளேடாக வெளிவந்து கட்சித் தொண்டு செய்தது. அதற்குப் பிறகு அதுவும் நின்றுவிட்டது.

மதுரை மணி

மதுரை மாநகரிலே இருந்து நடுநிலை என்ற தகுதியோடு 'மதுரை மணி' என்ற நாளேடு துவங்கப்பட்டது. பொதுமக்கள் இடையே பரவலாக அந்தத் தினசரி இதழ் விற்பனையாகும் வாய்ப்பு இல்லை. என்றாலும், இன்றும் அது தொடர்ந்து வந்து கொண்டுதான் இருக்கிறது.

திருச்சி, சென்னை 'தினமலர்'

'தினமலர்" என்ற நாளேடு முதன் முதலில் திருச்சி மாநகரிலே இருந்து வெளிவந்தது. அதன் உரிமையாளர் இராம. சுப்பையர் தினத்தந்தி நாளேட்டுக்குப் போட்டியாக விற்பனையாவதற்குக் கடுமையாக உழைத்து வெற்றி பெற்றார். அந்த வெற்றியின் விறுவிறுப்பு, திருநெல்வேலி மாநகரிலும் அதே தினமலர் மாவட்டப் பத்திரிகையாக வெளிவந்து அவை பரபரப்பாக விற்பனையாக வழிகாட்டி விட்டார். பல நகரங்களிலே மாவட்ட நாளேடாகவும் பதிப்பித்து நடத்தி வருகிறார்கள். சென்னை மாநகரிலே தினமலர் விற்பனை நாளேடாக மக்கள் எதிர்பார்ப்போடு சுறுசுறுப்பாக இயங்கி வருகின்றது.

ஆதித்தனாரின் 'தினத்தந்தி'

பாரட்லா சட்டப் படிப்பை இலண்டன் மாநகரிலே முடித்துக் கொண்டு சிங்கப்பூர் வழியாக சென்னை மாநகர் வந்த சி.பா. ஆதித்தினார், பாமரனுக்கும் பத்திரிகை படிக்கும் ஆசையை உருவாக்கியவர்.

தினத்தந்திக்கென்று அவர் ஒரு பாமரர் தமிழை உருவாக்கிய சிற்பியாகத் திகழ்ந்தார்! மக்கள் பேசும் தமிழில் கொச்சை ஒலி நீக்கி எழுதுவதுதான் 'தினத்தந்தி' தமிழ் என்பதை அவர் நிரூபித்துக் காட்டினார்.

“இலக்கியம் படிக்க ஆசைப்படுபவன் ‘தினமணி’ படிக்கட்டும்! அன்றாட வாழ்க்கை இலக்கியம் படிக்க நினைக்கும் பாமரன் ‘தந்தி’ வாங்கிப் படிக்கட்டுமே” என்ற சிந்தனையிலே வெற்றி பெற்றவர் ஆதித்தனார்.

‘தினத்தந்தி’ வெற்றிச் சிகரத்தின் ஒளி விளக்கான பிறகு, அதே ஏழை பாமரர்களை மாலையிலேயும் படிக்க வைக்கும் பத்திரிகை வேட்கையை ‘மாலைமுரசு’ என்ற நாளேடு மூலம் உருவாக்கி, அதிலும் அவர் வெற்றி பெற்றார் நாளேடுகளில் அரிய பெரிய வெற்றி பெற்ற ஆதித்தனார், ‘வாராந்தரி ராணி’ என்ற வாரப் பத்திரிகையைத் துவக்கினார்.

தீக்கதிர்

‘தீக்கதிர்’ என்ற கம்யூனிஸ்ட் கட்சி நாளேடு, பாட்டாளி மக்கள், தொழிலாளர் தோழர்கள்தம் வாழ்க்கைக்குரிய நலன்களுக்காகத் தீச்சுடரொளிகளை ஆதிக்கவாதிகள் மீது உமிழ்ந்து உழைத்து வெற்றி கண்டு வரும் பொதுவுடைமை ஏடாகப் பவனி வருகிறது.

பருவ இதழ்கள்

“குமுதம், குங்குமம், வண்ணத் திரை, முத்தாரம், அமுதசுரபி, கலைமகள், கல்கி, விகடன்” போன்ற பருவ இதழ்கள் தங்கள் பணிகளைச் செம்மையாக செய்தன.

விகடன்

ஜெமினி ஸ்டுடியோ எஸ்.எஸ்.வாசன், 1928–இல் ‘ஆனந்த விகடன்’ பத்திரிகையை நடத்திக் காட்டி வெற்றி பெற்றவர். அந்த விகடன் இதழ் குடும்பத்துள், ‘சக்தி விகடன்’, ‘அவள் விகடன்’, ‘சுட்டி விகடன்’, ஜூனியர் விகடன், நாணயம் விகடன், மோட்டார் விகடன், பசுமை விகடன், இறையருள், டாக்டர் விகடன், அவள் மணமகள், தடம், டைம்பாஸ் என்ற பத்திரிகைகள் வெளிவந்து விற்பனையாகின்றன.

○○○

12. பத்திரிகை அடிப்படைச் சட்டங்கள்

மான இழப்பு வழக்குச் சட்டம்

வேளாண்மை செய்யும் உழவனுக்கு எப்படி ஏர் உழும் கருவியும், மாடும் தேவையோ, அதைப்போல பத்திரிகை நடத்த விரும்புபவர்களுக்கு மனம்போனபடி எழுதும் உணர்சிகளுக்கு அடிமையாகாத எச்சரிக்கையும், பொறுப்பான கவனமும், கட்டுப்பாடும், கண்ணியத்தோடு சிந்தனைகளை ஓடவிடும் கடமையும் தேவையாகும். தவறினால் ஒருவரின் பெருமையைச் சிறுமைப்படுத்தும் மான இழப்புக்கு; எழுத்தும், கருத்தும் காரணங்களாகிவிடும். அதனால், குற்றவியல் சட்டத்திற்கேற்ப Criminal Law வழக்கையும், சமுதாயவியல் சட்டத்தின்படி Civil Law நடவடிக்கைகளையும் சந்திக்கவேண்டிய நிலைகள் உண்டாகும்.

தனிப்பட்ட ஒருவரைப் பத்திரிகையாளர் ஒருவர் இழிவுபடுத்தி அவதூறாக (Scandal) எழுதினார் என்ற குற்றத்திற்கும், எழுத்து வாயிலாக அவதூறானக் கருத்தைப் பத்திரிகையில் வெளியிட்டார் என்ற குற்றத்திற்கும் அந்த இதழாளர் ஆளாக நேரிடலாம். இந்தியக் குற்றவியல் சட்டத்தின் *499*ம் பிரிவுப்படி எந்தக் குற்றம் அதற்குப் பொருந்துகிறதோ, அதற்கேற்றவாறு, *500*ஆம் பிரிவுச் சட்டப்படி தண்டனையை ஏற்கவேண்டிய நிலை எழும்.

ஒருவரை அவமதிக்கும் வகையில் பேசுவதோ அல்லது எழுதுவதோ, சைகைகள் மூலம் வெளிப்படுத்துவதோ, அவமதிப்புக் குற்றத்தின்கீழ் வருமானால், அதற்கு மூன்று காரணங்கள் அமைந்திருக்கவேண்டும். அவை:

1. எந்த ஒரு மனிதனையாவது அவமதித்திருக்க வேண்டும்.

2. அத்தகைய அவதூறைப் பேசிய அல்லது மற்றவர்கள் படிக்க வேண்டுமென்று எழுதிய சொற்களாலோ, ஜாடை மாடைகளால் அதைப் புரிந்து கொள்ளக்கூடிய மறைமுக முறைகளாலோ அந்தக் குற்றம் அமைந்திருக்க வேண்டும்.

3. அந்த அவதூறு ஒருவரின் பெருமையைச் சிறுமைப் படுத்தும் குறிக்கோளோடோ அல்லது அவரின் சமுதாயத் தகுதிகளை அவமானப்படுத்தப்பட வேண்டும் என்பதை வேண்டுமென்றே அறிந்து எழுதப்பட்டதாகவோ, பேசப்பட்டதாகவோ இருக்கவேண்டும்.

அவதூறு தொடர்பானவற்றை வெறுப்பைக் கிண்டலை, கேலியைத் தூண்டக் கூடியவையாக இருக்க வேண்டும்.

அதனால், சம்பந்தப்பட்டவரை மக்கள் வெறுத்தோ, புறக்கணித்தோ, ஒதுக்கப்படக்கூடிய சூழ்நிலைகளோ அமைந்திருக்க வேண்டும்.

அந்த ஆளின் பணியையோ, தொழிலையோ பாதித்து அவமானப்படுத்தியதாகவோ அந்தக் குற்றம் இருக்கவேண்டும். அல்லது அவரது வியாபாரத்தைச் சீர்குலைப்பதாக அது இருந்தாலும் குற்றமாகும்.

விதிவிலக்குகள்:

ஒருவரை அவமதிப்புச் சட்டத்தின் கீழ் குறிப்பிட்ட பத்து சூழ்நிலைகளில் தண்டிக்க முடியாது என்று 499ம் சட்டப் பிரிவு விதி விலக்குக் கூறுகின்றது. அந்தப் பிரிவு கூறும் பத்து வகை விதிவிலக்குகள் இவை:

1. பொது நலனை எண்ணி உண்மையை வெளியிடாமல் இருப்பது.

2. பொது நன்மைகளைக் கருதி சிலவற்றை வெளியிடுவது.

3. அரசில் பணிபுரியும் பணியாளர்களைப் பற்றி நியாயமான எண்ணங்களைக் கூறுவது.
4. பொது நலன்களுக்குத் தேவையானது என்று தெரிந்தால் அதற்காக வாதாடுவது.
5. நல்ல எண்ணங்களோடு வழக்கு மன்ற நடவடிக்கைகளை வெளியிடுவது.
6. நீதிமன்றத் தீர்ப்புப் பற்றியோ, சான்று பற்றியோ, நல்ல எண்ணத்தோடு கருத்தறிவிப்பது.
7. பொது நடவடிக்கைகள் பற்றிப் பொது நல நோக்கத்தோடு அவற்றை விமர்சனம் செய்வது.
8. சட்டப்படி அதிகாரம் உடையவர்கள் சட்ட எல்லைக்குள் கருத்து அறிவிப்பது.
9. அதிகாரத்தில் உள்ளவர்களின் குறைகளை நற்சிந்தனைகளோடு குறிப்பிட்டுக் கூறுவது.
10. பொது நன்மைகளைக் குறித்தோ, தனிப்பட்டவர் களையோ காப்பாற்றுவதற்காகச் சிலரைக் குறை கூறி, பொதுநலனுக்காக ஒருவரை எச்சரிக்கைச் செய்வது ஆகிய பத்து வகைச் சூழ்நிலைகளும் அவமதிப்புக் குற்றமாகாது.

வழக்குத் தொடுப்பு:

*1973*ம் ஆண்டின் குற்றவியல் வழக்குத் தொடர்பின்படி *199(1)* யார் அவமதிப்புக்கு ஆளானார்களோ, அவர்கள்தான் நீதிமன்றத்தில் வழக்குத் தொடுக்க முடியும். ஆனால், இந்திய குடியரசுத் தலைவர், குடியரசுத் துணைத் தலைவர், மாநில ஆளுநர், மத்திய, மாநில மந்திரிகள் ஆகியவர்கள் அவமதிப்புக் குற்றத்திற்கு ஆளானதாகக் கருதினால், அவர்கள் சார்பில் அரசு வழக்குரைஞர்கள் வழக்கைத் தொடுக்கலாம்.

அவமதிப்பு வழக்கைத் தொடுப்பவர், யார் அவமதிப்பு செய்தாரோ அவர் மீது மட்டுமின்றி, அந்தச் செய்தியை வெளியிட்ட பத்திரிகையின் பதிப்பாளர், அச்சகத்தார், அதனை எழுதிய ஆசிரியர் ஆகிய அனைவர் மீதும் அவமதிப்பு வழக்கைத் தொடரலாம். வழக்கு மன்றத்தில்

அது உண்மையானதுதான் என்று நிரூபிக்கப்பட்டால் அனைவருக்கும் தண்டனை உண்டு.

தண்டனை வகைகள்

தண்டனை பெற்ற அவமதிப்பாளர்களுக்கு குற்றவியல் சட்டத்தின் 500வது பிரிவின்படி, 2 ஆண்டுகள் வரை சிறை தண்டனையோ, அபராதமோ அல்லது இரண்டுமோ சேர்ந்து கொடுக்கப்படலாம்.

சட்டக் குழு (The Law Commission) மேற்கண்ட இரண்டு தண்டனைகளுடன், நீதிமன்றத் தீர்ப்பைப் பத்திரிகைகளில் வெளியிடவும், வழக்கு மன்றத்தில் வழக்குத் தொடுத்தோரின் செலவுகளையும் ஏற்றாக வேண்டுமென்றும் பரிந்துரைத்துள்ளது.

எனவே, மான இழப்பு வழக்குத் தொடுத்தவர் பொது சட்டத்தின்படி இழப்பீடு தொகையைப் பெறலாம். குற்றவியல் சட்டப்படி அவமதிப்பு செய்தவர் தண்டனை பெறுவார்.

○○○

13. ஃபெரோஸ் காந்தி சட்டம்

(நாடாளுமன்ற நடவடிக்கைகளில் பத்திரிகைகளைப் பாதுகாக்கும் ஃபெரோஸ் காந்தி சட்டம்)

மக்களாட்சி எனப்படும் ஜனநாயகத் தத்துவத்திற்கு, அரசியல் சட்டம், நாடாளுமன்றம், நீதிமன்றம் மூன்றும் விலைமதிக்க முடியாத மும்மணிச் செல்வங்களாகும். அத்துடன் நான்காவதாக நடமாடும் நான்மணிச் செல்வம் பத்திரிகைகளாகும். இவை நான்கும் ஒரு நாட்டிற்குத் தேவையான மதிப்பையும், மரியாதையையும், பெரும் புகழையும் தேடித் தருகின்ற 'நான்மணிக் கடிகை' ஆகும்.

ஒரு நாட்டின் ஆட்சியை ஏற்று நடத்துவது நாடாளுமன்றமும், அந்தந்த மாநில சட்டமன்றங்களுமாகும். அதனால், அந்த ஆட்சிமன்றங்களில் நடைபெறும் செய்திகளை நாட்டு மக்களுக்குத் தெரிவிப்பது பத்திரிகைகளின் மக்களாட்சிக்குரியத் தொண்டுகளாகும்.

அந்த மக்களாட்சியின் தூது தத்துவத்தைப் பத்திரிகைகள் கண்ணியத்துடனும், கட்டுப்பாட்டுடனும், பொறுப்புணர்வுகளுடனும், சேவை மனப்பான்மையுடனும், கவனத்துடனும் நிறைவேற்ற வேண்டும்.

நாடாளுமன்றத்திலும், சட்டமன்றங்களிலும் நடைபெறும் அரசியல், பொருளியல், சமுதாயவியல் நடவடிக்கைகளைப் பத்திரிகைகள் எந்தவிதச் செய்திக் கலப்படமும் செய்யாமல் 'உள்ளது உள்ளபடியே' நாட்டு நன்மை நாடி பத்திரிகைகளில் வெளியிடவேண்டும்.

பொறுப்போடு அவ்வாறு வெளியிடாவிட்டால் மக்களால் தேர்ந்தெடுக்கப்பட்ட நாடாளுமன்ற, சட்டமன்ற

உறுப்பினர்களின் உரிமை மீறல் குற்றமோ, ஆட்சிமன்றங்களை அவமதித்த குற்றமோ பத்திரிகைகளுக்கு வந்துவிடும்.

பொதுவாழ்க்கையில் ஈடுபட்டுவிட்ட நாடாளுமன்ற, சட்டமன்ற உறுப்பினர்கள், அந்தந்த ஆட்சி மன்றங்களில் ஆற்றும் பணிகளைப் பத்திரிகைகள் கவனக்குறைவு இல்லாமல் வெளியிடவேண்டும்.

தவறு நேர்ந்தால் அந்தந்த ஆட்சி மன்றங்களின் பணிகளுக்கு இழுக்கு நேர்ந்ததாகக் கருதி, பத்திரிகைகள் மீது உரிமை மீறல் குற்றமும், ஆட்சி மன்றங்களின் அவமதிப்பும் ஏற்பட்டுவிடும். ஆகவே, எந்தவிதக் குறைகளும் நேராதபடி அவற்றின் நடவடிக்கைகளை மக்களுக்குத் தெரிவிக்க வேண்டியது பத்திரிகைகளின் கடமை.

உரிமை மீறல் குற்றம் என்றால் என்ன? என்பதற்கான சட்ட விளக்கம் திட்டவட்டமாக எதுவும் இல்லையென்றாலும், ஆட்சி மன்றங்களின் நடவடிக்கைகளை தவறாக வெளியிடுதலும், சபைகளது நடவடிக்கைகளை வேண்டுமென்றே சிதைத்துப் பதிப்பித்தலும், அவைத் தலைவர்கள் அவை நடவடிக்கையை வெளியிடக்கூடாது என்று நீக்கிய பகுதிகளை வெளியிடுதலும், சபைகளின் உரிமைகளை மீறல் என்ற பெயரில் பத்திரிகைகள் மீது குற்றங்கள் கூறப்படுகின்றன.

இவ்வாறு உரிமை மீறல்களைச் செய்யும் பத்திரிகைகளை தண்டிக்கும் அதிகாரம் வழக்குமன்றங்களுக்கு இல்லை. அதற்கான முழு முதல் அதிகாரம் நாடாளுமன்றம், சட்ட மன்றங்களுக்கு மட்டுமே உண்டு.

எடுத்துக்காட்டாக, 1987ம் ஆண்டில் 'ஆனந்தவிகடன்' தமிழ்ப் பத்திரிகையில் வெளியான ஒரு கேலிச் சித்திரம் (Cartoon) சட்டமன்ற உறுப்பினர்கள் பணிகளை அவமதித்ததாகக் கூறப்பட்டது. அந்தப் பத்திரிகையின் ஆசிரியர் சட்டமன்றத்தால் தண்டிக்கப்பட்டு சிறைத் தண்டனையும் பெற்றார். இந்தச் சம்பவம் உரிமை மீறலுக்குரிய எடுத்துக்காட்டாக உள்ளது.

○○○

14. பத்திரிகைக்குப் பாதுகாப்புச் சட்டம்

இந்திய நாடு ஆங்கிலேயரிடமிருந்து விடுதலைப் பெற்ற பிறகு, *1956*ம் ஆண்டில் நாடாளுமன்ற நடவடிக்கைகளைப் பத்திரிகைகள் வெளியிடும்போது தவறு ஏற்பட்டுவிட்டால் தண்டனை தருவதோடு மட்டும் நிற்காமல், பாதுகாப்பும் வழங்கப்படவேண்டும் என்ற எண்ணம் ஃபெரோஸ் காந்தி Feroz Gandhi என்ற நாடாளுமன்ற உறுப்பினருக்கு ஏற்பட்டது. இந்தச் "சட்டத்திற்கு The Parlimentary Proceedings, Protection of Publication Act *1956*" என்று பெயர்.

நாடாளுமன்ற நடவடிக்கைகளைப் பத்திரிகைகள் பிரசுரிக்கும்போது, அவற்றுக்குப் பாதுகாப்பளிப்பதற்காக ஃபெரோஸ் காந்தி நாடாளுமன்றத்தில் வாதாடி சட்டம் கொண்டுவந்ததால் அந்தச் சட்டத்திற்கு ஃபெரோஸ் காந்திச் சட்டம் என்ற பெயர் ஏற்பட்டது. இந்த சட்டத்தின் நோக்கம் இது:

'நாடாளுமன்றச் செயற்பாடுகளை, தீய குறிக்கோளோடு பத்திரிகைகள் தவறாக வெளியிட்டுள்ளன என்பது உறுதி செய்யப்பட்டால்தான் தண்டனை வழங்கலாம். நாடாளுமன்ற நடவடிக்கைகள் அவதூறுகளாக இருந்தாலும் அவை உண்மைகளாக இருந்தால், அவற்றை வெளியிடுவது உரிமை மீறலாகாது' என்று ஃபெரோஸ் காந்திச் சட்டம் கூறுகின்றது.

இந்தியாவில் நெருக்கடி காலச் சட்டம் வந்தபோது Emergency ஃபெரோஸ்காந்தி சட்டம் நீக்கப்பட்டுவிட்டது. நெருக்கடி முடிந்ததும் இந்தச் சட்டம் மீண்டும் உயிர்பெற்று அமலுக்கு வந்தது குறிப்பிடத்தக்கதாகும்.

○○○

15. நீதிமன்றம் நிந்தனைக் குற்றம்

ஒரு ஜனநாயக ஆட்சிக் கோட்டையைத் தாங்கிக் கொண்டிருக்கும் நான்கு தூண்களில் மூன்றாவது தூண் நீதிமன்றம். நான்காவது தூணாக விளங்குவது பத்திரிகைத் துறை.

நீதிமன்றங்களில் நடைபெறும் முக்கியமான, மக்கள் கவனத்தை ஈர்க்கக்கூடிய, சிக்கலான, சுவையான, பொதுமக்கள் நலன்களோடு சம்பந்தமுடைய வழக்குகளின் நடவடிக்கைகளை அறிந்துகொள்வதில் மக்களும் அதிக ஆர்வம் காட்டுகின்றார்கள்.

அந்த ஆர்வத்தைப் பத்திரிகைகள் மக்களிடையே வளர்ப்பதின் மூலமாக நீதிமன்றங்களின் பெருமைகளை, அரிய நீதிகளின் அருமைகளை, அவ்வப்போது எடுத்துரைக்கும் சீரிய பணிகளைப் பத்திரிகைகள் செய்கின்றன.

ஆனால் ஒன்று, நீதிமன்றங்களது வழக்கு நடவடிக்கைகளை மிகக் கவனமாகப் பத்திரிகைகளில் எழுத வேண்டும். இல்லாவிட்டால் நீதிமன்றங்களை அவமதித்த குற்றத்திற்குப் பலியாவோம்.

நீதிமன்றக் குற்றங்கள்

நீதிமன்றத்தையும், சட்டங்களையும், நீதிபதிகளின் அதிகாரங்களையும் வேண்டுமென்றே எந்தத் தனிப்பட்ட மனிதனும் இழிவுபடுத்தும் வகையில் செய்திகளை வெளியிடக்கூடாது. அவ்வாறு செய்திகள் பத்திரிகைகளில் வெளிவந்தால் அது தண்டனைக்குரிய குற்றமாகும்.

எடுத்துக்காட்டாக, நீதிமன்றத்தில் விசாரணையில் இருக்கும் வழக்கைப் பற்றிய தவறான செய்தியை

வெளியிடக்கூடாது. அல்லது நடைபெறும் ஒரு வழக்கு இப்படித்தான் இருக்கவேண்டும் என்று புனைந்துரைக்கக் கூடாது.

நீதிபதியின் குணாதிசயங்கள், செயற்பாடுகள் பற்றிக் குறை காணக் கூடாது. சாட்சியம் கூறவந்தவர்களை விமர்சித்துப் பேசக் கூடாது. அல்லது வழக்கின் போக்கு பற்றி தவறான கருத்துக்களைக் கூறக்கூடாது. இவ்வாறு ஒரு பத்திரிகை பகிரங்கமாக எழுதுமானால், அது நீதிமன்ற நிபந்தனைக் குற்றமாகும்.

தினந்தோறும் பத்திரிகையாளர்கள் அல்லது நிருபர்கள் காவல் நிலையத்திற்குச் சென்று, அங்கே என்னென்ன குற்றங்கள் பதிவுசெய்யப்பட்டுள்ளன என்பதை அறிய வேண்டும். அவற்றை எச்சரிக்கையோடு இதழ்களில் வெளியிட வேண்டும்.

1952ம் ஆண்டில் வெளிவந்த நீதிமன்ற அவமதிப்புச் சட்டம் 32ம் பிரிவு (The Contempt of Court Act XXXII) நீதிமன்றங்களை அவமதித்தால் ஆறு மாதங்கள் வரை சிறைத் தண்டனை அல்லது 2000 ரூபாய் அபராதம், அல்லது இரண்டையுமே விதிக்கலாம் என்று கூறுகின்றது.

நீதிமன்ற அவமதிப்புச் சட்டம் 1971ம் ஆண்டில் நிறைவேற்றப்பட்டது. அதில் நீதிமன்ற நிபந்தனைகள் இரண்டு வகைகளாகப் பிரிக்கப்பட்டிருக்கின்றன.

1. நீதிமன்ற ஆணைகளுக்கு அல்லது தீர்ப்புகளுக்கு பத்திரிகைகள் அடங்காமல் அவமதிப்பது சமூகச் சிவில் (Civil) குற்றம்.
2. பத்திரிகைகள் செய்யும் நிந்தனைகள் குற்றவியல் கிரிமினல் (Criminal) அடிப்படையில் வரும் குற்றங்களாகும்.

எனவே, பத்திரிகையாளர்கள் எழுதும் கருத்துக்கள், நீதிமன்ற அவமதிப்புச் சட்டத்திற்குள் வராதவாறு எழுதப்பட வேண்டும் என்பது முக்கியமாகக் கவனிக்கப்பட வேண்டிய எச்சரிக்கையாகும்.

○○○

16. அலுவலக இரகசியங்களை வெளியிடும் குற்றச் சட்டம்

நாட்டில் நடைபெறும் நடப்புக்களை எல்லாம் மக்களாட்சியில் வாழும் மக்கள் தெரிந்துவைத்துக் கொள்வது நல்லது. அதற்கான எல்லா விவரங்களையும் அரசு திரட்டி வைத்துள்ளது. அவற்றுள் பலவற்றை நிர்வாகம் செயல்படுத்துவதையும் பார்க்கின்றோம். இந்த விவரங்களைச் சேகரிக்கும் வேலையைப் பத்திரிகைகளும் செய்கின்றன.

நாட்டின் பாதுகாப்பு, தனிப்பட்ட சில மனிதர்களைப் பற்றிய இரகசியங்கள், வெளிநாட்டின் தொடர்புகள், ஒரு வழக்கு பற்றிய புலனாய்வுக் கருத்துக்கள், நாட்டை ஆளும் அமைச்சரவையின் முடிவுகள் ஆகியவற்றினுடைய எல்லா இரகசியங்களையும் வெளியிடாமல், எவரும் அறியாமல், நிர்வாகத் திறமைகளின் சார்பாகப் பாதுகாத்து வைப்பதை, அரசுக்குத் தெரியாமல் அந்தப் பத்திரிகைகளில் அம்பலப் படுத்துவது சட்டப்படிக் குற்றமாகும்.

ஒரு விவரத்தை ஒற்றாடல் செய்வதும், அரசு வைத்திருக்கும் இரகசியங்களையும் அதன் விவரங்களையும் வேற்றவர்களுக்குக் கொடுப்பது போன்ற குற்றங்களுக்குப் பெயர்தான் அலுவலக இரகசியச் சட்டம் Official Secrets Act. இந்தச் சட்டம் என்ன வரையறுத்துக் கூறுகிறது என்று பார்ப்போம்.

மேற்கண்ட இரண்டு குற்றங்கள் அல்லாமல், மூன்றாம் குற்றப் பிரிவு ஒன்றும் உள்ளது. நாட்டின் பாதுகாப்புக்கு இடையூறாக, எவரும் போகக்கூடாது என்று தடை செய்யப்பட்ட இடத்திற்குள்ளும் யாரும் நுழையக் கூடாது.

மீறி நுழைந்து அங்குள்ள இரகசியங்களை அறிந்து மற்றவர்களுக்குக் கொடுப்பது எதிரிகளுக்கு நேரடியாகவோ, மறைமுகமாகவோ, இரகசியங்களை வரைபடம் மூலம் வரைவது அல்லது அதற்கான திட்டம் வகுப்பது, அல்லது இரகசிய நகல்களை உருவாக்கிக் கொடுப்பது, நமது எதிரிகளுக்குப் பயன்படும் வகையில், புள்ளி விவரங்களைத் திரட்டிக் கொடுப்பது அல்லது ஒலி நாடாக்களில் பதிவு செய்தனுப்புவது அல்லது பத்திரிகைகளில் வெளியீடு செய்வதுபோன்ற செயல்கள் எல்லாமே குற்றங்கள்தான் என்று சட்டம் அறிவிக்கின்றது.

நாட்டிலே அமைய இருக்கின்ற அல்லது இயங்கிக் கொண்டிருக்கின்ற அணு உற்பத்தி நிலையங்கள் பற்றிய அதிகாரம் பெற்றவர்களைத் தவிர, மற்றவர்களுக்கு அந்த அணு சம்பந்தப்பட்டச் செய்திகளை வழங்குவதை, 1962ம் ஆண்டில் வெளியிடப்பட்ட Atomic Energy என்ற அணுசக்தி சட்டக் குற்றங்களாகும் என்று சுட்டிக் காட்டுகின்றது.

ஒரு நடைமுறை செயலை இரகசியமானதா இல்லையா என்று முடிவுகட்டுவது சிக்கலானதுதான். என்றாலும், சில நேரங்களில் அலுவலர்களும், அரசியல் தலைவர்களும் தங்களுடைய தவறுகள் வெளியே தெரியாமல் இருக்க, பலவற்றை இரகசியங்கள் என்று மறைத்து வைக்கலாம். இவற்றை எல்லாம் மக்கள் நலனுக்காகத் துப்பறிந்து பத்திரிகைகள் அம்பலப்படுத்தலாம்.

எடுத்துக்காட்டாக, இந்திய அரசு அயல்நாட்டில் வாங்கிய இராணுவ தளவாடங்களில் ஊழல் முறைகேடுகள் நடந்துள்ளன என்று இந்தியன் எக்ஸ்பிரஸ் "Indian Express' நாளேடு குற்றம் சாட்டியது.

சாட்டியக் குற்றத்தை மெய்ப்பிக்க சில ஆவணங்களைப் பத்திரிகையில் வெளியிட்டது. அந்த ஆவணங்களை அச்சிட்டு வெளியிட்டதே அலுவலக இரகசியச் சட்டத்தின் கீழ்வரும் குற்றம் என்று இந்திய அரசு எண்ணியது.

○○○

17. பத்திரிகைகள் புத்தகங்களைப் பதிவு செய்து பாதுகாக்கும் சட்டம்

இந்தச் சட்டம் ஆங்கிலேயர் ஆட்சியில் 1867ம் ஆண்டில் இயற்றி அமல் செய்யப்பட்ட பத்திரிகைச் சட்டம். இதற்குப் பெயர் பத்திரிகைகள், புத்தகங்கள் பதிப்புச் சட்டம் ஆகும். **The press and Registration of Books Act.**

இந்தச் சட்டத்தில் 1940, 1956ம் ஆண்டுகளில் சில திருத்தங்கள் செய்யப்பட்டன. இது பத்திரிகைகளை ஒழுங்குப்படுத்தக் கொண்டுவரப்பட்டது. ஆனால், பத்திரிகைச் சுதந்திரத்தைக் கட்டப்படுத்துவது இதன் நோக்கமன்று. இந்தியாவில் வெளியிடப்படும் பத்திரிகைகளையும், புத்தகங்களையும் இந்தச் சட்டம் பாதுகாக்க வழிசெய்கின்றது.

பத்திரிகைகள்:

தில்லியிலிருக்கும் தலைமைப் பதிவாளரிடம் பத்திரிகை சம்பந்தப்பட்ட எல்லா விவரங்களையும் கொடுக்கவேண்டும் என்று இந்தச் சட்டம் அறிவிக்கின்றது.

பத்திரிகை வெளியீட்டாளர், உரிமையாளர், ஆசிரியர் ஆகியோர் மாவட்ட நீதிபதியிடமோ, பெரு நகர நீதிபதியிடமோ வாக்குறுதி வழங்கி, பெயர் பதிவு செய்த பின்புதான் பத்திரிகைகளை வெளியிட வேண்டும். ஒரு பத்திரிகையை எப்படிப் பதிவு செய்து நடத்தப்படவேண்டும் என்ற விவரத்தை இந்தச் சட்டம் கூறுகின்றது.

ஒவ்வொரு இதழிலும் அச்சிட்டவர், வெளியிட்டவர், ஆசிரியர் பெயர்கள், அச்சிட்ட இடம், வெளியிட்ட தேதி ஆகியவை தெளிவாக அச்சிட்டிருக்க வேண்டும்.

பத்திரிகையை வெளியிடுபவர்கள், செய்தித்தாள்கள் பதிவாளர் Registrar of News papers கேட்கின்ற விவரங்களையும் கொண்ட ஆண்டு அறிக்கைகளைக் கொடுக்க வேண்டும்.

இந்தச் சட்டத்திற்கேற்ப, ஆங்கிலம், இந்தி, உருது மொழிகளில் வெளிவரும் ஒவ்வொரு இதழையும் புதுதில்லியிலே உள்ள பதிவாளருக்கு அனுப்ப வேண்டும்.

பிறமொழி இதழ்கள் குறிப்பிட்ட வட்டார வெளியீட்டுச் செய்தி நிறுவனங்களுக்கு Press information Bureauவுக்கு ஒரு பிரதியை அனுப்பி வைக்கவேண்டும்.

○○○

18. ஆபாச வெளியீடு தடைச் சட்டம்

பத்திரிகைகள் எல்லாச் செய்தி, கருத்து வடிவங்களையும் எழுதலாம். அதற்கு உரிமை உள்ளது. ஆனால் மக்கள் மனதை, சமுதாயத்தை, ஒழுக்கத்தைக் கெடுக்கக்கூடிய ஆபாசமான, அருவருப்பான, கீழ்த்தரமான செய்தி, கருத்துவடிவமுள்ள கட்டுரைகளை, படங்களை வெளியிடுவதைத் தடை செய்ய ஆபாச வெளியீட்டுத் தடைச்சட்டம் Opscene Prohibition Act கொண்டுவரப்பட்டது.

ஆபாசங்கள் விளக்கம்:

IPC, *292, 293, 294* பிரிவுகள் எந்தெந்த கருத்துக்கள் ஆபாசம் என்பதை விளக்குகின்றன. இந்தப் பிரிவுகளின்படி நாகரிகமற்ற செய்திகள், கீழ்த்தரமான உணர்வுகளைத் தூண்டும் கருத்துக்கள், எழுத்துக்கள், புகைப்படங்கள், ஓவியங்கள், திரைப்பட விளம்பரங்கள், நாடகங்கள் போன்றவை ஆபாசங்களாகும்.

ஒன்றை ஆபாசமாக வெளியிடுபவரின் நோக்கமும், வெளியிடும் முறையும் நினைக்கச் செய்கின்றன. எடுத்துக் காட்டாக, ஆண்பெண் உறவு பற்றித் திருமணமானவர்களுக்குப் பயன்படும் வகையில், அறிவியல் அடிப்படை வழியில் வெளியிடலாம். ஆனால், வியாபார நோக்கத்தில் பத்திரிகைகள் விற்பனையை அதிகப்படுத்த பாலுணர்வில், தரக்குறைவான முறையில் வெளியிடுவதுதான் ஆபாசமாகும்.

ஆபாச வெளியீட்டுத் தடைச் சட்டத்தின்படி, ஆபாச மான வெளியீடுகளை அரசு பறிமுதல் செய்யலாம். ஆபாசமான வற்றை எழுதியவருக்கும், வெளியிட்டவருக்கும் மூன்று மாதங் கள் வரை சிறைத் தண்டனை கொடுக்கலாம். அபராதம் விதிக்க லாம். ஆபாசமான பொருட்களை இறக்குமதி செய்வதை அரசு தடுக்கலாம். அதற்கும் தனிச் சட்டம் உள்ளது.

○○○

19. பதிப்புரிமைச் சட்டம்
(The Copyright Act)

அறிஞர்கள், சான்றோர்கள், ஆன்றோர்கள் சிந்தனைகளால் உருவான அறிவுப் படைப்புக்கள் அனைத்தும் அவரவர்களுக்கே உரிமையானது. அவற்றைப் பாதுகாத்து வைப்பதும் அறிவுடைமையாகும்.

அதாவது, இலக்கியம், நாடகம், இசை வடிவம், கலைசார்ந்த கற்பனைப் படைப்புகள் எவையாக இருந்தாலும் அவை படைப்பாளிகள் சொத்தாகும். இந்த உரிமையைப் பாதுகாக்க அரசுச் சட்டம் துணை நிற்கின்றது.

சட்ட விளக்கம்:

இதற்கான பாதுகாப்பு பதிப்புரிமைச் சட்டம் முதன் முதலாக *1941*ம் ஆண்டில் இயற்றப்பட்டது. தற்போதும் இந்தச் சட்டம் அமலில் உள்ளது. இந்தச் சட்டத்தை மேலும் ஊக்குவிக்கும் வகையில் சில திருத்தங்கள் செய்யப்பட்டு *1957*ம் ஆண்டில் நாடாளுமன்றத்தில் நிறைவேற்றப்பட்டது.

ஒன்றின் பதிப்புரிமை ஒருவருக்கு இருக்க வேண்டுமானால், அது படைப்பாளிகளின் சொந்தப் படைப்பாக இருக்கவேண்டும்.

மற்றொன்றைப் பார்த்துப் படைத்த ஒன்றுக்கு ஒருவர் உரிமை கொள்ள முடியாது. கருத்துக்களுக்கோ, பாடப்பொருளுக்கோ, கருப்பொருளுக்கோ, வரலாற்று நிகழ்ச்சிகளுக்கோ யாரும் உரிமை கொண்டாட முடியாது. ஏனென்றால் அவை எல்லாம் பொதுச் சொத்துக்களாகும்.

ஒரு குறிப்பிட்ட முறையின் வடிவத்தில் ஒன்றை வெளியிடும்பொழுதுதான் அதற்குப் பதிப்புரிமை உண்டு.

பதிப்புரிமைச் சட்டத்தின் 45ம் பிரிவு பதிப்புரிமையைப் பதிவு செய்துகொள்ள வாய்ப்பளிக்கின்றது. ஆனால் பதிவு செய்ய வேண்டும் என்ற அவசியம் இல்லை.

இலக்கியப் படைப்புகள், இசை, நாடகம் போன்றவற்றுக்குப் பதிப்புரிமை படைத்தவர்களின் வாழ்நாள் முழுவதும் அவருக்கே சொந்தமாக இருக்கும்.

அவர் காலத்திற்குப் பிறகு ஐம்பதாண்டுகளுக்குப் பதிப்புரிமை அவரது சந்ததிகளுக்கு உண்டு.

புகைப்படங்களுக்குப் பதிப்புரிமை 50 ஆண்டுகளுக்கு அவற்றை எடுத்தவர்களுக்கு உண்டு. இந்தக் குறிப்பிட்டக் காலத்திற்குப் பிறகு அதை யார் வேண்டுமானாலும் பயன்படுத்தலாம்.

விதி விலக்குகள்:

இந்தச் சட்டத்தின்படி, ஒருவரின் படைப்பிலிருந்து ஆய்வுக்காகவோ, தனிப்பட்ட படிப்புக்காகவோ, மதிப்பீட்டிற்காகவோ சில பகுதிகளை எடுத்துப் பயன்படுத்தினால் அது குற்றமாகாது.

நியாயமான முறையில் மேற்கோள் காட்டவோ, சரியான முறையில் சுருக்கத்தைக் கூறவோ சட்டம் இடம் தருகின்றது.

ஒருவரின் படைப்பிலிருந்து சிலவற்றைப் பயன்படுத்தும்பொழுது மூலத்தைக் குறிப்பிடவேண்டும்.

செய்தி தாள்களுக்குச் சிறப்பு விதி விலக்குகள் வழங்கப் பெற்றுள்ளன. பத்திரிகைகள் பொதுநலன் கருதி, எந்த இலக்கியப் படைப்பையும், நாடகத்தையும், இசையையும் வெளியிடலாம். இது நடப்புச் செய்திகளை வெளியிடும் வகையில் சேரும். ஆனால், ஒரு பத்திரிகையில் வெளியான கட்டுரையை அப்படியே சொல்மாறாமல் வெளியிட வேண்டுமானால் அந்த இதழின் அனுமதியைப் பெறவேண்டும். இதழ்கள் பதிப்புரிமைச் சட்டத்தின் எல்லைக்குள் செயல்படுவது நல்லது.

○○○

20. இளம்பருவ மனங்கள் கெடாமல் தடுக்கும் சட்டம்

இளம் வயதுடைய சிறுவர், சிறுமிகள், வாலிபர்கள் உள்ளங்களைக் கெடுக்கும் வெளியீடுகளைத் தடை செய்யும் சட்டம் 1956ம் ஆண்டில் கொண்டுவரப்பட்டது. இதற்கு **Young Persons Harmful Publications Act** எனப் பெயர்.

குற்றங்களை அந்த உள்ளங்கள் பெறத் தூண்டுகின்ற, துராக்கிரமமான கொடும் செயல்களில் ஈடுபடச் செய்கின்ற, பய உணர்வுகளைத் தூண்டுகின்ற கதைகள், படங்களைக் கொண்ட புத்தகங்களையோ, பத்திரிகைகளையோ, கையேடுகளையோ, கைப் பிரதிகளையோ, செய்தித் தாள்களையோ மற்ற பிறவற்றையோ, சிறுவர், சிறுமி, வாலிப உள்ளங்களைப் பாழ்படுத்துகின்ற தன்மையில் வெளியிடுகளை வெளியீடுவது தண்டனைக்குரிய குற்றங்களாகும்.

இந்த வெளியீடுகளை வெளியிடுவது, விளம்பரப் படுத்துவது, விற்பனை செய்வது, வைத்திருப்பது, மற்றவர்களுக்கு வழங்குவது குற்றமாகும்.

இளம் மனதுகளைப் பாழ்படுத்தும் அத்தகைய வெளியீடுகளை அழித்திட நீதிமன்றம் உத்தரவிடலாம். மாநில அரசுகள் பறிமுதல் செய்யலாம். இந்த அதிகாரம் காவல் துறைக்கும் இந்தச் சட்டம் வழங்குகின்றது.

○○○

21. தபால், தந்தி சட்டப் பயன்பாடுகள்

(Indian Telegraph Act)

1856ம் ஆண்டில் கொண்டுவரப்பட்டது இந்தியத் தந்திச் சட்டம்.

அரசாங்கமோ அல்லது அதிகாரம் பெற்ற தபால் தந்தி பணியாட்களோ, தந்திச் செய்திகளைத் தடுக்கவோ, தாமதப்படுத்தவோ, நிறுத்தவோ செய்திட அதிகாரம் அளிக்கின்றது. ஆனால், அதை எப்போது செய்யலாம்?

நாட்டில் பொது நெருக்கடி நிலையை ஆட்சி பிரகடனப்படுத்தி இருக்கும் நேரத்திலும், நாட்டின் பாதுகாப்பு, பொதுநலன் போன்றவற்றைக் கருத்தில்கொண்டும் அரசு மேற்கண்ட இந்தியத் தந்திச் சட்டத்தைப் பயன்படுத்தி அந்த நடவடிக்கைகளை மேற்கொள்ளலாம்.

இதே செயல்களை அரசு செய்திட 1898ம் ஆண்டின் இந்திய அஞ்சலகச் சட்டமும் அதிகாரம் அளித்துள்ளது.

இந்தச் சட்டத்தை அரசு தவறாகப் பயன்படுத்தவும், பத்திரிகைச் சுதந்திரத்தைப் பறிக்கவும் வாய்ப்பு உள்ளது. எனினும்,

நாட்டின் பாதுகாப்பு, நாட்டின் அமைதி நாடி இத்தகைய கட்டுப்பாடுகள் அவசியமாகின்றன.

○○○

22. பொது நூலகங்களுக்கு இதழ்கள் அனுப்பும் சட்டம்

பத்திரிகை நடத்துவோர் அவசியம் நினைவில் நிறுத்தக் கூடிய சில முக்கியமான சட்டம் இது. பத்திரிகையோ, புத்தகங்களோ அச்சான பிறகு, அவற்றைப் பொது நூலகங்களுக்கு அனுப்பி வைக்க வேண்டும் என்று 1954ம் ஆண்டு இதழ்கள் சட்டம் கூறுகின்றது. இந்தச் சட்டத்திற்கேற்ப ஒருவர் வெளியிடுகின்ற புத்தகங்கள், பத்திரிகைப் பிரதிகள் ஒவ்வொன்றையும் இலவசமாகக் கீழ்க்கண்ட தேசிய பொது நூலகங்களுக்கு அவசியம் அனுப்பி வைக்க வேண்டும்.

முகவரிகள்:

1. இணை இயக்குநர், நூல்கள் பதிவாளர், தலைமைச் செயலகம், சென்னை–600 009.
2. பொது நூலக இயக்குநர், பொது நூலக இயக்ககம், அண்ணாசாலை, சென்னை–600 002.
3. பொது நூலகர், கன்னிமாரா நூலகம், சென்னை–600 008.
4. தேசிய நூலகம், பெலவதெரா, கொல்கத்தா–7
5. மத்திய நூலகம், டவுன் ஹால், மும்பை–23.
6. தேசிய மத்திய நூலகம், புதுதில்லி

மேற்கண்ட நூலகங்களுக்குத் தவறாமல் புதிய வெளியீடுகளின் பிரதிகள் ஒன்றை அனுப்பவேண்டும் என்று அரசு சட்டம் அறிவிக்கின்றது.

○○○

23. பத்திரிகைகளில் பணிபுரிவோருக்குரிய சட்டம்

பத்திரிகைகளில் வேலை செய்பவர்களுக்காக (The working Journalist Act) என்ற இந்தச் சட்டம் 1956ம் ஆண்டில் இயற்றப்பட்டுள்ளது.

பத்திரிகைகளில் வேலைசெய்பவர்களுக்குரிய சம்பளம், சேமிப்பு நிதி, வேலை செய்யும் நேரம், அவர்களுக்கான விடுமுறை காலம் போன்றவற்றை மேற்கண்ட சட்டம் எல்லையிடுகிறது. பத்திரிகையாளர் என்றால் யார்? என்ற விவரத்தையும் இந்தச் சட்டம் கூறுகின்றது.

பத்திரிகைகளில் பணிபுரிகின்ற அதன் ஆசிரியர்கள், துணையாசிரியர்கள், செய்தியாளர்கள் ஆகியோர் ஒரு வாரத்தில் ஆறு நாட்கள் மட்டுமே வேலை செய்யவேண்டும். ஏழாவது நாள் அவர்களுக்கு விடுப்பு கொடுக்க வேண்டும்.

ஒரு நாளைக்கு பத்திரிகையாளர்கள் ஆறு மணி நேரம் மட்டும்தான் வேலை செய்ய வேண்டும். அதாவது வாரத்திற்கு 36 மணி நேரம் என்றும், மாதத்திற்கு 144 மணி நேரம் என்றும் அவர்களுக்கு வேலைநேரம் ஒதுக்கப்பட்டிருக்கிறது.

செய்தி சேகரிப்போர் (Reporters)

செய்தி சேகரிப்பவர்கள் ஒரு நாளைக்கு ஒரே வேலையைத்தான் (Assignment) செய்யவேண்டும். அவர்கள் ஒரு நாளில் இரண்டு விதமான வேலைகளைச் செய்ய அவசியம் வந்தால், மறுநாள் அவர்கள் வேலைசெய்ய வேண்டியதில்லை.

சம்பளக் குழு:

குறிப்பிட்டக் கால இடைவெளியில் பத்திரிகையாளர்களின் சம்பளங்களை வரையறுப்பதற்காக சம்பளக் குழுவை நியமிக்க இந்தச் சட்டம் உரிமை தருகின்றது. இந்த நிலைக்கேற்றவாறு பத்திரிகையாளர்கள் மாறுகின்ற கால, வேலை சூழ்நிலைகளுக்கு ஏற்றபடி உயர்ந்த ஊதியம் பெறலாம்.

ooo

24. இ.பி.கோ. குற்றவியல் சட்டங்கள்

(Indian Penal Code-1867)

கி.பி.1867ம் ஆண்டில் நிறைவேற்றப்பட்ட இந்தக் குற்றவியல் சட்டம், தடுக்கப்படவேண்டியவற்றை அச்சிடுவதும், வெளியிடுவதும், புழக்கத்தில் விடுவதும் குற்றம் என்று இந்தச் சட்டம் அறிவிக்கின்றது.

இந்தச் சட்டத்தில், நாட்டின்மீது வெறுப்பை வளர்ப்பதைத் தேசத் துரோகம் என்று 124A, பிரிவு கூறுகின்றது. மதம், இனம், பிறப்பிடம், வாழிடம் ஆகியவற்றின் அடிப்படையில் பல்வேறு குழுவினரிடம் வெறுப்பை வளர்ப்பதும் தண்டிக்கப்பட வேண்டிய குற்றம் என்று 153A பிரிவு கூறுகின்றது.

குற்றவியல் சட்டத்தின்படி, பத்திரிகைகளோ, ஒரு புத்தகமோ தடை செய்யப்படவேண்டிய உட்கருத்துக்களைக் கொண்டிருப்பதாக மாநில அரசு கருதுமானால், அதைக் குற்றவியல் வழக்கு Criminal Procedure Code முறையின் 95ம் பிரிவுப்படி அச்சிட்ட அல்லது வெளியிட்ட பத்திரிகைகள், புத்தகங்கள் பிரதிகளைத் தடை செய்து பறிமுதல் செய்யும் அதிகாரம் உடையது இந்தக் குற்றவியல் சட்ட வகைகள்.

○○○

25, மருந்துகள், தந்திர நிவாரணங்கள் சட்டம்:

(The Drugs and Magic Remedies Act - 1954)

மந்திர, தந்திரங்களால் வாழ்க்கைக்குரிய நலன்கள், வசதிகள் கிடைப்பதாக ஒரு சிலர் பத்திரிகைகளிலேயும், சுவரொட்டிகளிலேயும் விளம்பரங்கள் செய்து மக்களை ஏமாற்றிப் பணம் பறித்துவரும் மருந்து, மந்திர, தாயத்து, மோதிர விற்பனையாளர்களது விற்பனைகளைத் தடுப்பதற்காகவும், ஆட்சேபனைக்குரிய விளம்பரங்களைக் கட்டுப்படுத்தவும் இந்த சட்டம் 1954ம் ஆண்டில் அரசால் கொண்டுவரப்பட்டது.

26. பரிசுப் போட்டித் தடைச் சட்டம் 1955

(The Prize Competition Act - 1955)

இந்தச் சட்டம், பத்திரிகைகள் குறுக்கெழுத்துப் போட்டிகள் நடத்தினால், அதற்குப் பரிசு ஆயிரம் ரூபாய்க்கு மேல் இருக்கக் கூடாது என்று இந்த சட்டம் தடைபடுத்துகிறது. அதே நேரத்தில் சட்டத்திற்குப் புறம்பான முறையில் நடைபெறும் பரிசுப் போட்டியை வரம்புக்கு மீறி விளம்பரம் செய்வதையும் இந்தச் சட்டம் தடுக்கின்றது.

27. பத்திரிகை மன்றம் (Press Council)

நாட்டில் இன்று நடந்துவரும் பத்திரிகைகளில் சில தரத்தோடும், பல பத்திரிகைகள் வியாபார அறிவோடும், விற்பனையை அதிகப்படுத்தும் அவரவர் சுயநல நோக்கத்தோடும், தரக் குறைவாகவும், பண்பற்ற முறையில் மனம் போன போக்கில், தனி மனிதர்களது தகுதிகளைக் கூட மதிக்காமல், தாக்கி எழுதும் பணக் கண்ணோட்டத்தோடும், மஞ்சள் பத்திரிகை மகத்துவத்தோடும் நடைபெற்று வருகின்றன.

மேலே சுட்டிக் காட்டப்பட்ட எல்லாக் குறைகளும் நாம் கூறுவதல்ல: நமது நாட்டில் அமைக்கப்பட்ட முதல் "பத்திரிகைக் குழு" (Press Commission) இந்திய நாட்டிலே நடைபெற்றுவரும் பத்திரிகைகள் அனைத்தையும் ஆராய்ந்து கூறிய கருத்தாகும். .

மஞ்சள் தரத்தோடு சில பத்திரிகைகள் தாக்கும், போக்கும் நோக்கும் கண்டு தாளமுடியா வருத்தத்தோடு, பத்திரிகை மன்றம் மேலும் கூறுவது என்ன தெரியுமா?

"பத்திரிகைகள்
தரத்தோடும்
பொறுப்போடும்
நடந்து கொள்ளல் வேண்டும்"

என்று கூறியுள்ளது; இது, உண்மையான ஓர் ஆய்வுக் கண்ணோட்டம்தான் என்பதிலே, இரு வேறு கருத்துக்கள் இருக்க முடியாது. பத்திரிகைக்குத் தங்களது, வாழ்க்கையைத் தியாகம் செய்து வறுமையோடு வாடியவர்களுக்குத்தான் அதன் அருமை தெரியும்.

OOO

28. பத்திரிகைக் குழு

பத்திரிகைகளுக்குரிய மரியாதை மதிப்பும் ஒழுக்கம் ஓம்பும் பண்புடனும் அதன் சுதந்திரத்தைக் கட்டிக் காக்க வேண்டும்.

இதழியல் தொழிலில் ஈடுபட்ட அனைவரிடமும் பொறுப்புணர்ச்சி அமைய வேண்டும். அமைந்ததும், தொண்டு மனப் பான்மையை வளர்க்க வேண்டும்.

இந்த நிலை வளர வேண்டுமானால், ஒரு பத்திரிகை மன்றத்தை Press Council-ஐ அமைத்தாக வேண்டும் என்று நியமிக்கப்பட்டிருந்த Press Commission குழு கூறியிருந்தது.

உலகத்தில் முதல்முறையாக 1916ஆம் ஆண்டில் சுவீடன் நாட்டில் தான் பத்திரிகை மன்றம் தோன்றியது. பிறகு, உலக நாடுகளில் 40 பத்திரிகைக் கிளை மன்றங்கள் அமைந்தன.

சட்டத்தின் பயன் :

பத்திரிகைக் குழுவின் பரிந்துரைக்கேற்ப, நாடாளுமன்ற மக்களவையில் பத்திரிகை மன்ற மசோதா அப்போது கொண்டு வரப்பட்டது. அந்த நேரத்தில் 1957ஆம் ஆண்டு பொதுத் தேர்தல் வந்தது. அதனால், நாடாளுமன்றம் கலைந்தது; மசோதாவும் சட்டமாகாமல் நின்றது.

எட்டாண்டு கழிந்தது. தேசிய ஒற்றுமை மன்றம், National integration council பத்திரிகைகளுக்கென ஒரு மன்றம் அமைக்க வேண்டிய சூழ்நிலையை தேசிய ஒற்றுமை மன்றத்திற்கு வற்புறுத்தியது. அதனால், 1965ஆம் ஆண்டில் பத்திரிகை மன்ற சட்டம் Press Council Act நிறைவேறிற்று; இந்தியப் பத்திரிகை மன்றம் 4.7.1966ல் அமைக்கப்பட்டது. அதன் தலைவர் ஜேர்.ஆர். மல்ஹோத்ரா என்பவர் ஆவார்.

இந்திய நாட்டில் நெருக்கடி நிலையை 1975ஆம் ஆண்டில் குடியரசுத் தலைவர் அமலாக்கியபோது, 8.12.1975 அன்று ஓர் உத்தரவைப் பிறப்பித்தார். 10.1.1976 முதல் பத்திரிகை மன்றம் கலைக்கப்பட்டது. அந்தச் சட்டத்திற்கு The Press Council Ropeal Act 1976 என்று பெயர்.

ஏன் பத்திரிகை மன்றத்தைக் குடியரசுத் தலைவர் கலைத்தார்? அந்த மன்றம் திறமையாகச் செயல்பட வில்லை என்ற காரணத்துக்காக அதைக் கலைத்தார் ஜனாதிபதி!

இந்திய நெருக்கடி நிலை நீங்கியது. 1978ஆம் ஆண்டில் பத்திரிகை மன்றம் சட்டத்தை மறுபடியும் குடியரசுத் தலைவர் கொண்டு வந்தார். இந்தச் சட்டம் 3.1.1979 முதல் மீண்டும் நாட்டில் அமலுக்கு வந்தது. நீதிபதி ஏ.என்.சென் (Justice A.N. Sen) மன்றத்துக்குத் தலைவரானார்.

மன்றம் அமைப்பு :

தலைவர் ஒருவர்; உறுப்பினர்கள் 28 பேர்; இந்த இருபத்தெட்டு மன்ற உறுப்பினர்களில் 20 பேர் பத்திரிகைக்காரர்கள் : 5 பேர் நாடாளுமன்ற உறுப்பினர்கள்; கல்வி, அறிவியல், சட்டம், இலக்கியம், பண்பாடு ஆகிய துறைகளில் யார் சிறப்பானவர்களோ, அவர்களில் 3 பேர் இருப்பார்கள். இதுதான் பத்திரிகை மன்றம் அமைப்பு வடிவம்.

பத்திரிகை மன்றத்தின் தலைவரை நாடாளுமன்ற மேலவைத் தலைவர் மக்களவைத் தலைவர் பத்திரிகை மன்ற உறுப்பினர்களால் தேர்வு செய்யப்பட்ட ஓர் உறுப்பினர் ஆகியவர்களைக் கொண்ட குழுதான் முடிவு செய்யும்.

பத்திரிகை மன்றம் நீதிமன்றப் பணிகளையும் மேற்பார்வையிட வேண்டிய நிலையிருப்பதால், உச்ச நீதிமன்ற Supreme Court நீதிபதிகளையே பொதுவாகப் பத்திரிகை மன்றத்துக்குத் தலைவராக நியமிக்கிறார்கள்.

பத்திரிகைகள் சுதந்திரத்தைக் காப்பாற்றக் கடுமையாக உழைப்பதும்; செய்தித் தாட்கள், செய்தி நிறுவனங்கள்

தரத்தைக் காப்பதும் வளர்ப்பதுமான பணிகளே அதன் அடிப்படை நோக்கங்களாகும்.

செய்தித்தாள்களும், செய்தி நிறுவனங்களும் உயர்ந்த தொழில் தரத்தை நிலைநாட்டும் வகையில், அதற்கான நெறிமுறை வழிகளை வகுப்பது மன்றத்தின் பணிகளாகும்.

பத்திரிகைகளும், பத்திரிகைக்குச் செய்தி சேகரிக்கும் நிறுவனங்களும் சுதந்திரமாகச் செயல்பட பத்திரிகை மன்றம் உதவிட வேண்டும்.

செய்தித்தாள்களும், செய்தி நிறுவனங்களும், இதழியலாளர்களும், பொது நல நாட்டத்தோடும், பொறுப்போடும், உரிமை உணர்வுகள் உந்துதலோடும் பணிபுரியத் துணையாக இருக்க வேண்டும்.

பத்திரிகைகளை வெளியிடுவதில் ஈடுபட்டுள்ள எல்லாப் பிரிவினரிடமும் தொழில் உறவை வளர்த்துக் கொண்டும், வேண்டிய உதவிகளை அவற்றுக்குச் செய்யும் சூழ்நிலையினையும் பத்திரிகை மன்றம் உருவாக்க உழைக்கின்றது.

மன்றம், பத்திரிகைகளின் அமைப்பு முறை செய்தித்தாள், செய்தி நிறுவனம் ஆகியவற்றுக்குச் சொத்துக் குவிந்தால், அவற்றை ஆராய்ந்து, பத்திரிகைகள் சுதந்தரமாகச் செயல்படுவதற்கான பரிந்துரைகளை மன்றம் செய்ய வேண்டும்.

அயல் நாட்டார் உதவிகளைப் பெறும் செய்தித்தாள்களை மதிப்பிட்டுக் கூறுவதும் இந்தப் பத்திரிகை மன்றத்தின் வேலையாகும்.

செயல்பாடுகள் :

பத்திரிகை மன்றத்திடம் வரும் குற்றச்சாட்டுகளை விசாரித்து முடிவு கூறுவது. வரையறுத்த அதிகாரத்திற்குள் 1966ஆம் ஆண்டு முதல் 1981 வரையில் இந்த மன்றம் 880 குற்றச்சாட்டுக்களை விசாரித்து தீர்ப்பளித்திருக்கிறது.

இந்த 880 விசாரணைகளில், 214 குற்றங்கள் பத்திரிகைச் சுதந்திரம் பற்றியதாகும். அவற்றில் மத்திய மாநில அரசுகள் மீது பத்திரிகைகள் சாட்டிய குற்றங்களும் சம்பந்தப் பட்டிருக்கின்றன.

தனி மனிதர்களும், நிறுவனங்களும், மத்திய மாநில அரசுகளும் பத்திரிகைகள் மீது 566 குற்றச்சாட்டுக்களைக் கூறியுள்ளன. இவற்றின் மீது பத்திரிகை மன்றம் எடுக்கும் முடிவுகளைச் செய்தித்தாள்கள் வெளியிடுகின்றன.

பத்திரிகையாளர்கள் பின்பற்ற வேண்டிய வழிமுறைகள், பணி நோக்கங்கள் எதையும் பத்திரிகையாளர் மன்றம் வரையறுத்துக் கூறவில்லை.

காலப் போக்குகளில் வரும் வழக்குகளை விசாரித்துக் கூறுகின்ற தீர்ப்புகளின் அடிப்படையில் நெறிமுறைகளை உருவாக்க முடியும் என்று பத்திரிகை மன்றம் எண்ணுகிறது. அதற்குரிய வகையில் அந்த மன்றம் பொது மக்களுக்கும் பத்திரிகையாளர்களுக்கும் இடையில் ஒரு பாலமாகப் பணியாற்றி வருகின்றது.

பத்திரிகையாளர்களைக் கட்டுப்படுத்த, தண்டிக்க, போதுமான அதிகாரம் பத்திரிகை மன்றத்துக்கு வழங்கப்படவில்லை. அதனால்தான் பத்திரிகைகள் திறமையாகப் பணியாற்றிட முடியவில்லை என்று விவரம் புரிந்தோர் நினைக்கின்றார்கள்.

பத்திரிகையாளர் மன்றம் கால விழிப்புக்கு ஏற்றவாறு இப்போது செம்மையான பலத்தோடு இயங்கி வருகிறது.

எனவே, பத்திரிகைச் சுதந்திரத்தை, தரத்தை, திறத்தை மேலும் நன்றாக வளர்த்திட, காத்திட பத்திரிகை மன்றத்தின் பலம் பயன்பட்டு வருவதால், அதற்கு மேலும் உரமூட்டினால் திறமையோடு அது செயல்படத் தக்க வாய்ப்பை உருவாக்கித் தந்தால், இந்தியப் பத்திரிகைகள், பத்திரிகையாளர்கள் வளர்ச்சிகளுக்கு அந்தப் பணி சிறந்த தொண்டாக அமையும் என்பது உறுதி.

ஆரம்ப விதிமுறைகள் :

நமது நாட்டில் பத்திரிகைகளை யார் வேண்டுமானாலும் நடத்தலாம். நடத்த விரும்புவோர்க்கு அரசு விதிமுறைகள் சில உள்ளன. அவற்றைப் புரிந்து கொண்டு, பின்பற்றினாலே யாரும் பத்திரிகையை நடத்தலாம்.

பத்திரிகை உலகில் புதிதாகப் புக விரும்பும் ஒருவர், முதலில் என்ன வகையான இதழ்களை நடத்தலாம்? நாளிதழா, வார இதழா? வாரம் இருமுறை இதழா? வாரம் மும்முறையா? மாதமா? மாதம் இருமுறையா? மும்மாதத்திற்கு ஓரிதழா? ஆண்டு மலரா? என்பதை முதலில் சிந்தித்துத் திட்டமிட வேண்டும். ஏனென்றால், அதற்குரிய பண நிலை வசதிகளுக்கான திட்டம் தீட்டுவது நல்லதல்லவா?

முடிவெடுத்த பின்பு, என்ன நோக்கத்திற்காகப் பத்திரிகை நடத்தலாம் என்பதை எண்ண வேண்டும். இலக்கியத்துக்காக மட்டுமா? உவமைக் கவிஞர் சுரதாவைப் போல கவிதைத் துறை வளர்ச்சிக்கா? அரசியலுக்கா? பொருளாதாரப் போக்குக்கா? கல்வி வளர்ச்சிக்கா? சமுதாய மூன்னேற்றத்திற்கா? சமுதாய சீர்திருத்த மறுமலர்ச்சிக்கா? திரைத் துறை பொழுது போக்குக்கா? அறிவியல் துறையிலே பணியாற்றுபவர்களின் தொண்டு விமரிசனத்துக்கா? நகைச்சுவைக்காகவா? அரசியல் கட்சிக்காகவா? ஆட்சிக்கு ஆதரவாகவா? விஞ்ஞான, மருந்தியல் புதுமைகளை விளக்கவா? வரலாற்று விவரங்களை நினைவுப்படுத்தவா? தினந்தோறும் நடைபெறும் சமுதாய வம்படி, அதிரடிகளைச் சுட்டிக் காட்டிச் சட்டத்தின் சக்தியை உணர்த்தவா? நீதிமன்ற வழக்குகளின் வாதாட்ட அபூர்வ வரலாறுகளை எடுத்துக் காட்டவா? வணிக நிறுவனங்களுக்குள் ஒற்றுமையை உருவாக்கி அவர்கள் உரிமைகளை உணர்த்தவா? மேடைப் பேச்சுக்களை மட்டுமே தேர்ந்து வெளியிடவா? மஞ்சள் ஏடா? இவற்றுள் எந்த வகைப் பத்திரிகையை நடத்தலாம்? எப்படி நடத்தலாம்? எதற்காக நடத்தலாம் என்ற துறை வகையை முடிவு செய்து தேர்ந்தெடுத்துக் கொள்ள வேண்டும்.

ஏன் இவற்றைக் கூறுகிறோம் என்றால், பத்திரிகை நடத்துவது புகழுக்காக, பதவிக்காக, பணத்துக்காக, வணிக நோக்குக்காகத்தானே! அதனால்தான் குறிப்பிட்டோம். அதெல்லாம் இல்லை, தொண்டுக்காக, இலட்சியத்துக்காக, பொழுதுபோக்குக்காக என்று எவராவது கூறினால், அவர்கள் இறுதியிலே கடனாளிகளாவர்; சொத்துக்களை அழிப்பர்; இகழைப் பெறுவர்; உறவுமுறைகள் பகையைத் தேடி ஓட்டாண்டிகள் ஆவர்! எனவே, பத்திரிகை நடத்துவோர்க்கு அறிவு வளம், ஆதரவு பலம், பண பலம் ஆரம்பத்தில் வேண்டும்.

தினமலர், தி இந்து, 'தினத்தந்தி', முரசொலி, ஆனந்த விகடன், குமுதம், தினமணி குடும்பம் ஆகியவை வெற்றிகளைப் பதித்துள்ளன.

○○○

29. பத்திரிகையைப் பதிவு செய்யும் வழிகள்

எந்த வகையான பத்திரிகைகளைத் துவங்க இருந்தாலும் முதலில் பெயர்களைத் தேர்ந்தெடுத்துக் கொள்ள வேண்டும்.

அந்த 'பத்திரிகைப் பெயரை, சென்னை நகராக இருந்தால் பெருநகர நீதிபதியிடம் மனு செய்து (Metropolitan Magistrate), மாவட்டமாக இருந்தால் மாவட்ட நீதிபதியிடமும் (District Magistrate), வட்டமாக இருந்தால் வட்டத் துணை நீதிபதியிடமும் (Sub-divisional Magistrate) பதிவு செய்து பத்திரிகைக்குரிய டெக்ளரேஷன் (Declaration) என்ற உரிமையை பெற வேண்டும்.

எந்த ஊரில் பத்திரிகையை நடத்த விரும்புகிறோமோ அந்தந்த இடத்திலுள்ள நீதிமன்றங்களில் பணிபுரியும் நீதிபதிகளிடம் இதழ் நடத்துபவர் மனு விண்ணப்பிக்க வேண்டும்.

ஜனநாயக நாட்டில் பத்திரிகைத் துறை நான்காவது தூண்! அதைத் தட்டிக் கேட்கும் அதிகாரம் மக்களாட்சிக் கோட்டையின் மூன்றாவது தூணான நீதிமன்றத் தூணுக்குத்தான் அந்த அதிகார பலம் உண்டு. அதனால்தான் பத்திரிகை நடத்துவோர் நீதிமன்றத்தில் விண்ணப்பிக்க வேண்டும் என்பது இதழியல் இன மரபு ஆகும். காவல்துறையிடம் மனு கொடுக்க வேண்டியது இல்லை.

விண்ணப்பிக்கும் மனுவில் பத்திரிகை வெளியிடும் இடம் முகவரி, பெயர், எந்த மொழியில் அது நடத்த இருக்கிறது? எந்த நாட்களில் அந்தப் பத்திரிகை வெளிவருகிறது? அச்சகம் பெயர், முகவரி, நாளேடா, வாரமா, மாதமா என்று இதழ்

வெளிவரும் கால அளவு போன்ற பத்திரிகை விவரங்களைக் குறிப்பிட்டு, நீதிபதி முன்பு கையொப்பமிட்டு அந்த மனுவைக் கொடுக்க வேண்டும்.

பத்திரிகைப் பெயரைக் குறிப்பிட்டீர்கள் அல்லவா? அத்துடன் மேலும் மூன்று பெயர்களை அதே மனுவில் குறிப்பிட வேண்டும். ஏன் தெரியுமா?

நீங்கள் குறிப்பிடும் பெயரில் வேறு எவராவது பத்திரிகை நடத்தும் உரிமையை நீதிமன்றத்தில் உங்களுக்கு முன்னே பெற்றிருக்கக் கூடும். அதனால் நீங்கள் பத்திரிகைக்கு வைத்துள்ள பெயரில் உங்களுக்கு நடத்தும் உரிமை கிடைக்காது.

தனியாக வேறு மூன்று பெயர்களைக் குறிப்பிட்டிருந்தீர்கள் அல்லவா? அந்தப் பெயர்களில் எவரும் நீதிமன்ற உரிமை பெறாதிருந்தால் அவற்றுள் இரண்டாவதாக நீங்கள் குறிப்பிட்ட பெயருக்கு உரிமை கிடைக்கும்.

எந்த பெயர்களுக்கும் உரிமை கிடைக்கவில்லை என்றால், அந்தப் பெயர்களில் பத்திரிகை நடத்தும் உரிமைகளை எவரோ ஏற்கனவே பெற்றுவிட்டார்கள் என்று பொருள். அதனால், விண்ணப்பித்த உங்களுக்கு உரிமை கிடைக்கவில்லை என்று உணர வேண்டும்.

பத்திரிகை நடத்தும் அனுமதியை நீதிபதியிடமிருந்து பெற்றுவிட்டால், பிறகு நீங்கள் பத்திரிகையாளராகப் பதிவு செய்யப்பட்டு விட்டதாகப் பொருள்.

பத்திரிகை உரிமை

பத்திரிகை நடத்த நீதிபதி அனுமதி பெற்ற பின்பு உடனடியாக ஆறு வாரத்திற்குள் அதைத் துவக்கிவிட வேண்டும். மாத இதழாக இருந்தால் மூன்று மாதங்களுக்குள் அதை ஆரம்பித்துவிட வேண்டும்.

மேலே கூறிய கால எல்லைக்குள் பத்திரிகையை நடத்தா விட்டால், அதற்கு நீதிபதி வழங்கிய அனுமதி தானாகவே செத்துவிடும். பிறகு, மறுபடியும் நீதிமன்றத்திற்கு மனு செய்து உயிர்ப்பிக்க வேண்டிய சூழ்நிலை வரும். Renewal என்று அதற்குப் பெயர்.

வேறு அச்சக மாற்றமோ, வேறு வெளியீட்டகமோ, வேறு வெளியிடும் கால அளவோ, புதிதாக இடம் மாற்றம் ஏற்பட்டாலோ, நீதிமன்றத்திற்கு மனு அனுப்பி, அவர்கள் குறிப்பிடும் தேதிக்குச் சென்று, நீதிபதி முன்பு கையெழுத்துப் போட வேண்டும்.

பத்திரிகை துவக்கப்பட ஏதோ சில தடைகள் ஏற்பட்டு ஓராண்டாகி விட்டால், பத்திரிகை நின்றுவிட்டதாக நீதிமன்றம் நினைக்கும்.

மறுபடியும் அதை நடத்தும் சமயம் வந்தால், பத்திரிகைப் பெயருக்குப் புத்துயிரளிக்க நீதிமன்றத்திலுள்ள பத்திரிகைப் பணிப் பிரிவுக்கு மீண்டும் மனு மூலம் தெரிவித்து, நீதிபதி முன்பு கையெழுத்துப் போட வேண்டும்.

பத்திரிகை ஆசிரியர் பெயரை முதல் பக்கத்திலேயே அச்சடிப்பது சிறப்பானது. கடைசி பக்கத்தில் பத்திரிகைப் பதிவு எண், அச்சிட்டவர் முகவரி, வெளியிடுபவர் முகவரி, ஆசிரியர், உரிமையாளர், பத்திரிகை வெளியிடப்படும் இடம், முகவரி போன்ற விவரங்களை, அதாவது (imprint line) இம்பிரிண்ட் என்பதை அச்சடிக்க வேண்டும். எடுத்துக்காட்டுக்காக. ஏதாவது ஒரு பத்திரிகையின் கடைசி பக்கத்தைப் பார்த்தாலே போதும். புரியும்.

பத்திரிகை வெளிவந்தவுடன் அதன் பிரதிகளில் ஒவ்வொன்றை புதுதில்லியிலே இருக்கும் Registrar of News Papers என்ற அலுவலகத்துக்கு அனுப்பி பத்திரிகையை அங்கே பதிவு செய்துக் கொள்ள வேண்டும். பதிவு எண்ணை உங்களுடைய பத்திரிகை அலுவலகத்திற்கு அந்த அலுவலகம் அனுப்பி வைக்கும்.

முன்பு குறிப்பிட்டதுபோல பொது நூலகத்திற்கும், எந்த நீதிபதி முன்பு பத்திரிகை நடத்த அனுமதிபெற கையெழுத்துப் போட்டோமோ, அந்த நீதிமன்ற பத்திரிகைப் பிரிவுக்கும், காவல் துறை ஆணையருக்கும், பத்திரிகையாளர் செலவிலேயே பிரதியை அனுப்ப வேண்டும்.

○○○

30. அஞ்சலகச் சலுகை

பத்திரிகை அச்சடித்து வெளிவந்த உடனே கடைசி பக்கத்தின் உச்சி முனையில் Regd. என்று ஆங்கிலத்தில் அச்சிட்டு அருகே இடம் காலியாக இருக்கும் இடத்தில் டில்லி பத்திரிகைப் பதிவாளர் அலுவலகத்தில் இருந்து அனுப்பப்பட்ட ரிஜிஸ்டர்டு நெம்பரை அதாவது பதிவு எண்ணை அச்சடிக்க வேண்டும்.

எடுத்துக்காட்டாக (Regd. No.5351), பதிவு எண் *5351* என்பதைப் போல அச்சிட்டிருக்க வேண்டும். அவ்வாறு அச்சடித்தால்தான் பத்திரிகையை வெளியூர்களுக்கு அனுப்பிவைக்கும் போது மத்திய அரசின் அஞ்சல் சலுகை வசதி கிடைக்கும்.

அஞ்சல் சலுகை பெற வேண்டுமானால், எந்த நீதிமன்றத்தில் பத்திரிகை நடத்திட அனுமதி பெற்றோமோ, அந்த அனுமதி நகலுடன் பத்திரிகைப் பிரதி இரண்டு இணைத்து, வெளியூர்களிலே பத்திரிகை விற்பனையாகின்றதா சந்தா வாசகர்கள் இருக்கிறார்களா? என்பதை அஞ்சலகத்தினர் சோதித்துப் பார்ப்பதற்காக *50* சந்தா வாசகர்களது முகவரிகளை இணைத்து, அஞ்சலக அஞ்சல் வசதி உதவி தேவை என்று பத்திரிகை Letter Paperரிலே எழுதி, பத்திரிகை வெளிவரும் எல்லைக்குட்பட்ட பெரிய அஞ்சலதிகாரி யார் என்பதை விசாரித்து, மேற்கூறிய விவரங்களை அந்த Post Office அலுவலகத்திற்கு அனுப்ப வேண்டும்.

பத்திரிகை அலுவலகத்தினர் கொடுத்துள்ள *50* சந்தாதாரர் முகவரிகளில் அஞ்சலக அதிகாரிகள் பத்து பேர்களுக்காவது

அவர்கள் செலவிலேயே அஞ்சலனுப்பி, "நீங்கள் குறிப்பிட்ட பத்திரிகையின் சந்தாதாரரா?" என்று கேள்வி கேட்டு, அதற்கு சந்தாதாரர்கள் பதில் எழுதும் வசதிக்கான ஓர் அஞ் சலுரையை உள்ளே வைத்து அனுப்பிப் பதில் எழுதுமாறு கேட்பார்கள்.

அஞ்சலகத்தார் அனுப்பும் அஞ்சலட்டையை சந்தாதாரர்கள் பெற்றதும், 'ஆம்' நான் சந்தாதாரர்தான், எனது சந்தா எண் இது என்று எண்ணையும் குறித்து, உடனே அனுப்பிய அஞ்சலகத்தாருக்கே அட்டையைப் பூர்த்தி செய்து அனுப்பிவிட வேண்டும்.

அவ்வாறு அனுப்பப்பட்ட பத்து அஞ்சலட்டைகளில் குறைந்தது ஆறு அட்டைகளாவது 'ஆம்' என்ற பதிலோடு அவர்களுக்கு வந்துவிட்டால், அஞ்சலகம் அந்தப் பத்திரிகைக்குரிய அஞ்சல் சலுகை அனுமதியை வழங்கிவிடும். இதுதான் பத்திரிகையைக் குறைந்த தபால் செலவில் அனுப்பி வைக்கும் அரசு அஞ்சல் சலுகை வசதி.

அஞ்சலகத்தார் பத்திரிகையாளருக்கு அனுப்பிய சந்தாதாரர் சலுகை உத்தரவு நகலை, சம்பந்தப்பட்ட எல்லையிலுள்ள அஞ்சலக அதிகாரியிடம் காண்பித்தால், பத்திரிகையைச் சந்தாதாரர்களுக்கு மட்டுமல்ல, வெளியூர் விற்பனை முகவர்களுக்கும் Agents இரயில்வே நிலைய பார்சல் அதிகாரிகளுக்கும், பத்திரிகைகளை அனுப்பி வைக்கும் அஞ்சல் சலுகை நகலைப் பார்த்ததும் அனுமதித்து விடுவார்கள்.

அஞ்சலகம் குறிப்பிடும் வெளியீட்டு நாட்களில் பத்திரிகையைத் தவறாமல் அனுப்பிவிட வேண்டும். குறிப்பிட்ட அந்த நாள் தவறினால் அரசு வழங்கிய அஞ்சல் சலுகை அனுப்பமுடியாத தடைகள் உண்டாகும்.

அஞ்சலகமும், இரயில்வே பார்சல் நிலையமும், பதிவு பண்ணப்பட்ட பத்திரிகைதானா என்று பார்க்க Regd.

எண் அச்சாகி இருக்கிறதா என்று பத்திரிகையின் கடைசி பக்க மேல் முனை இடத்தை அஞ்சலக அதிகாரிகள் பார்ப்பார்கள்.

எனவே, தவறாமல் இதழ்தோறும் பதிவு எண்ணும், இம்பிரிண்ட் விவரமும் அச்சடித்திருக்க வேண்டும். இல்லையானால், பத்திரிகை விற்பனைக்குப் போகாத சூழ்நிலைக்கு உருவாகிவிடும் என்ற பயம் பத்திரிகை நடத்தும் அலுவலகத்திற்கு இருந்தாக வேண்டும். இந்த விவரம்தான் பத்திரிகை நடத்துவதற்கான ஆரம்பகட்டப் பணிகளாகும்.

OOO

31. அரசு ஒதுக்கும் செய்தி அச்சுத்தாள்

செய்தி அச்சடிக்கும் செய்தித்தாள் வெளிச் சந்தையில் வாங்கி அச்சடித்தால் விலை அதிகமாகக் கொடுத்து வாங்க வேண்டிய நிலை இருக்கிறது.

அதனால், பத்திரிகை நடத்துவோருக்கு மத்திய அரசு குறைந்த விலையில் அரசு மேற்பார்வையில் செய்தி அச்சுத்தாள் (News Print Paper) வழங்கும் திட்டம் ஒன்றுள்ளது.

அரசு விலைக் கட்டுப்பாடு அதற்கு உள்ளது. அந்த அலுவலகம், புது தில்லியில் உள்ளது. அதன் கிளை அலுவலகங்கள் சென்னை, மும்பை, கொல்கொத்தா போன்ற பெருநகரங்களில் உள்ளன.

அந்த அலுவலகத்தில் அரசு செய்தி அச்சுத்தாள் பெறும் படிவம் உள்ளதைப் பெற்று, அந்த மனுவில் அவர்கள் கேட்கும் விவரங்களைப் பூர்த்திச் செய்து, புது தில்லியிலுள்ள செய்தி அச்சுத்தாள் பதிவாளருக்கு அனுப்ப வேண்டும்.

அந்தப் பதிவாளர் அலுவலகம் ஆண்டாண்டு தோறும் அரசு அச்சுத்தாள் ஒதுக்கும் கொள்கையை (News Print Allocation Policy) அறிவிக்கும் நேரத்தில் நாம் சென்று அதற்கான ஆக்கப் பணிகளில் ஈடுபட வேண்டும்.

அச்சுத்தாள் கோட்டா (Quota) விவரம்

அச்சுத்தாள் வழங்கும் நிறுவனத்தார் தரும் படிவத்தைப் பூர்த்தி செய்த பின்பு, பதிவாளர்களுக்கு இரண்டு படிகள் அனுப்ப வேண்டும்.

இந்தப் படிவம் புது தில்லி இந்தியச் செய்தித்தாள் தலைமை அலுவலகத்திலும், புது தில்லியிலுள்ள Paper Exports and imports அலுவலகத்திலும், சென்னை யிலுள்ள Paper South Trading Corporation என்ற நிறுவனத்திலும் பெறலாம்.

ஆனால், பேப்பர் இறக்குமதியாளர்கள் Government Established Importers அரசு பேப்பர் கோட்டா விற்பனைக்காரர்களா? என்று கவனிக்க வேண்டும்.

ஓர் ஆண்டுக்கு எவ்வளவு பேப்பர் நமது பத்திரிகைக்குத் தேவை என்பதையும், நாம் அச்சடிக்கும் பத்திரிகையின் பக்கங்கள் எத்தனை என்பதையும், அது எந்த அளவு பேப்பர் வகை என்பதையும், அதாவது டபுள் டெம்மியா? டபுள் கிரவுனா? அல்லது வேறு வகையான காகித அளவா? தின ஏடா? வார இதழா? மாதப் பத்திரிகையா? என்று விவரத்துக்கு ஏற்றவாறு ஆண்டுக்குரிய மொத்த பேப்பர் தேவையைக் கணக்கிட்டு, அதிகாரப்பூர்வமான ஆடிட்டரிடம் அதற்குரிய சான்றிதழ் பெற்று, புது தில்லி இந்தியச் செய்தித்தாள் பதிவாளருக்கு இரண்டு படிவங்களை அனுப்ப வேண்டும்.

நாம் அனுப்பும் செய்தித்தாள் கணக்குகள் சரிதானா என்று தில்லி அலுவலக அரசு அதிகாரிகள் பரிசோதனை செய்த பிறகு, நமக்கேற்றச் செய்தித்தாள்களை ஒதுக்கிக், கட்டளைப் படிவம் (Order) அனுப்புவார்கள்.

குறைந்த அளவு 40 டன் தாள்கள் தேவைப்படுவோருக்கு வருமான வரிச் சான்றிதழ் தேவையில்லை. அதிகம் வேண்டுபவர்கள் ஆடிட்டர் சான்றிதழோடு அனுப்ப வேண்டும்.

செய்தி அச்சுத்தாள்கள் மட்டுமன்று; ஆர்ட் பேப்பர் (Art Paper), மெக்கானிக்கல் கிளேஸ் எனப்படும் பேப்பர், ப்ளாக் மேக்கிங், சிங்க் (Zink), புகைப்படம் (Film) கார்டு போர்டு, ப்ரவுன் பேப்பர் போன்றவைகட்கும் கோட்டா அளவு உண்டு! தேவை என்றால் அதற்கான படிவங்களில் அரசு கேட்கும் விவரங்களைப் பூர்த்தி செய்து அனுப்பினால் பெறலாம். அந்த விவரம் முழுவதையும், நியூஸ் பிரிண்ட் பேப்பர் வழங்கும் நிறுவனத்திலேயே கேட்டுப் பெறலாம்.

பத்திரிகை அச்சடிக்கும் வெளிநாட்டு இயந்திரங்களை இறக்குமதி செய்யுமளவுக்கு வலிமையுடைய பத்திரிகையாளராக இருந்தால், அதற்குரிய விண்ணப்பங்களை ஏற்றுமதி இறக்குமதி செய்யும் அரசுப் பிரிவு அலுவலகத் தலைமை அதிகாரிகளுக்கு அனுப்ப வேண்டும்.

அததற்குரிய விவரங்கள் விண்ணப்ப மனுக்களிலேயே இருக்கின்றன. படித்துப் பார்த்துத் தவறேதும் ஏற்படாதவாறு, அதைப் பூர்த்திச் செய்து அனுப்பினால் அரசு உதவிகளை உறுதியாகப் பெறலாம்.

வெளிநாட்டு அச்சடிக்கும் மெஷின்களுக்கான அந்நிய செலாவணித் தொகையில் அச்சு வகை சம்பந்தப்பட்டவைகளுக்கு 50 சதவிகிதம் சிறு பத்திரிகைகளுக்கும், 35 சதவிகிதத்தை நடுத்தர வளர்ச்சியுடைய இதழ்களுக்கும், 15 சதவிகிதத்தை பெரிய பத்திரிகையாளர்களுக்கும் பயன்படுத்துகிறது அரசு.

அச்சு இயந்திரங்கள் இறக்குமதி செய்ய விரும்புபவர்கள் ஜெர்மனி, இத்தாலி, இங்கிலாந்து, அமெரிக்கா, ரஷ்யா, செக்கோஸ்லோவாக்கிய நாட்டு இயந்திரங்களை இறக்குமதி செய்யலாம். அவை நீடித்து உழைக்கும் தரமுடையதாக இருக்கின்றன.

தற்போது செய்தித்தாள்கள் நமது நாட்டிலேயே பிரமாதமாகத் தயாராவதால் அந்நிய நாட்டு பேப்பர்களை வாங்க வேண்டிய அவசியமில்லை.

○○○

32. பத்திரிகை ஆண்டறிக்கை

ஒவ்வொரு பத்திரிகையும் அரசுக்கு ஆண்டறிக்கை அனுப்ப வேண்டும்

பத்திரிகைகளைப் பற்றிய முழு விவரங்கள் அரசுக்குத் தேவை. அப்போதுதான் அவற்றை ஒரு ஒழுங்கு முறையில் நெறிப்படுத்த முடியும். அதற்கு உதவியாக பத்திரிகையாளர்கள் ஒவ்வொருவரும் அதற்கு ஆண்டு அறிக்கை அனுப்ப வேண்டும் என்ற கட்டுப்பாட்டை உருவாக்கி இருக்கிறது அரசு.

ஒரு பத்திரிகையாளர், அவர் நடத்தும் பத்திரிகையைப் பற்றிய அந்த ஆண்டின் முழு விவரங்களை அதாவது Annual Statement விவரத்தை, புது தில்லியிலுள்ள பத்திரிகைப் பதிவாளருக்கு அனுப்ப வேண்டும.

இந்த விவரங்களைப் பத்திரிகைச் சட்ட விதிப்படிவத்துள் பூர்த்தி செய்து, ஃபிப்ரவரி திங்கள் இறுதிக்குள் அனுப்ப வேண்டும். அவ்வாறு அனுப்பும் படிவம் IIல், கடந்த ஆண்டுக்குரிய எல்லா விவரங்களையும் சேர்த்து அனுப்ப வேண்டும்.

பத்திரிகை உடைமையையும், ஆசிரியர் பற்றிய முழுத் தகவல்களையும், IVம் படிவத்தில் பூர்த்தி செய்து மார்ச் மாதங்களில் வரும் இதழ்களில் வெளியிட வேண்டும்.

ஒரு பத்திரிகை 2000 பிரதிகளுக்கு மேல் விற்பனையாவதாக இருந்தால், அதன் சர்க்குலேஷன் விற்பனை பற்றிப் பதிவு செய்த ஆடிட்டரின் சான்று பெற்று, ரிஜிஸ்தார் ஆஃப் நியூஸ் பேப்பர், புது தில்லி (Registrar of News Paper, New Delhi) என்ற அலுவலகத்தாருக்கு அனுப்ப வேண்டும்.

அவ்வாறு அரசு சட்ட விதிகளுக்கு உட்பட்டு பத்திரிகை விவரங்களை அனுப்பா விட்டால், பத்திரிகைச் சட்ட விதிகளை மீறியதாக எண்ணி, அந்தப் பத்திரிகை மீது 1970ம் ஆண்டு மார்ச் மாதம் வரை செய்துள்ள சட்டத் திருத்தற்திற்கேற்பவும், 1867ம் ஆண்டில் ஆங்கிலேயர் காலத்து, பத்திரிகை, புத்தகங்கள் சட்டப் பதிவுக்கேற்பவும், 19K பிரிவின் படி தக்க நடவடிக்கை எடுத்துத் தண்டனையும் கிடைக்க வழி ஏற்படும்.

பதிவாளர் ஆண்டறிக்கை

இந்தியா முழுவதிலும், அந்தந்த மாநிலங்களிலும் உள்ள எல்லாப் பத்திரிகை விவரங்களையும் மேற்கண்ட ஆண்டறிக்கை விவரங்களின்படி பெற்ற பதிவாளர்தான், இந்திய அரசுக்குரிய முழு ஆண்டறிக்கையை அளிப்பவராவார்.

எனவே, ஒவ்வொரு பத்திரிகையாளரும் அவரவர் ஆண்டறிக்கை விவரங்களைச் சரியான முறையில் பதிவாளருக்கு அனுப்ப வேண்டும்.

அனுப்பினால்தான் அந்த ஆண்டறிக்கையைச் சரியான முறையில் பதிவாளர் அரசுக்கு வழங்க முடியும். அப்படி வழங்கினால்தான், அந்த ஆண்டறிக்கையால் பத்திரிகைகளும் தக்க அரசு வசதிகளைப் பெற்றிட வாய்ப்பாகவும் அமையும்.

சோதனை முறை

அவ்வாறு அனுப்பாத பத்திரிகையாளர் அலுவலகங்களுக்கு, பத்திரிகை, புத்தகச் சட்டம் 19F என்ற பிரிவுக்கேற்ப, பத்திரிகைப் பதிவாளரோ, அல்லது அவர் அதிகாரம் பெற்றவரோ எந்த பத்திரிகை அலுவலகத்திற்குள்ளும் சென்று எப்படி நடக்கிறது பத்திரிகை என்ற விவரங்களை அறியலாம். அதைத் தடுக்கக் கூடாது, முடியாது.

சர்க்குலேஷனுக்குப் போகும் பத்திரிகைகளின் அடிப்படையில்தான் பத்திரிகைகளுக்கு அச்சுத்தாள் கோட்டா ஒதுக்கீடு செய்கிறார் பதிவாளர். அதனால், வாங்கிய பேப்பர்

ஒதுக்கீடு அளவில் பிரதிகள் அச்சிடுகிறார்கள்; விற்பனை செய்கிறார்கள் என்பதற்கான ஒழுங்கான கணக்குமுறைக்குச் சரியான சான்று தேவையல்லவா? அதற்காகத்தான் பதிவாளர் அலுவலகம் சோதனை நடத்துகிறது.

எவ்வளவு இதழ்கள் அச்சடிக்கிறார்கள்? விற்பனையாகும் பிரதிகள் எவ்வளவு? விற்காத பிரதிகள் (ரிட்டர்ன்) எவ்வளவு? என்பதற்கான ஆவணங்களைச் சரியானபடி பத்திரிகை அலுவலகம் வைத்திருக்கா விட்டால், சர்க்குலேஷனுக்கு அனுப்பிய பிரதிகள் என்று கூறும் கணக்கை உண்மை என்று ஏற்றுக் கொள்ளாது புது தில்லியிலுள்ள பதிவாளர் அலுவலகம். அதற்குப் பிறகு அரசு அந்தப் பத்திரிகைக்கு குறைந்த விலையில் கிடைக்கும் தாள் ஒதுக்கீட்டை ரத்து செய்து விடும்.

ஒவ்வொரு பத்திரிகையும் அந்தந்த மாநிலத்தில் எவ்வாறு சர்க்குலேஷன் ஆகின்றது என்பதைப் பதிவாளர் அலுவலகம் அறிந்தாக வேண்டும் என்ற அக்கறைக்காகவே, அரசு நமது நாட்டை நான்கு பகுதிகளாகப் பிரித்து, அந்த ஒவ்வொரு பகுதி (Zone)க்கும் ஓர் அலுவலரை Circulation Officerராக நியமித்துள்ளார்கள்.

வடக்கு (North) மண்டலம் புது தில்லியிலேயே உள்ளது. தெற்குப் பகுதி (South) சென்னையில் உள்ளது. மேற்கு(West)ப் பகுதி மும்பையிலும், கிழக்குப் (East) பகுதி கொல்கொத்தாவிலும் பதிவாளர் அலுவலகங்கள் அமைக்கப்பட்டு இயங்கி வருகின்றன.

முதன் முதலாக எப்படி புதிய பத்திரிகையை ஆரம்பிக்க வேண்டும் என்பதை அறிந்து, மெட்ரோபாலிட்டன் நீதிபதி, மாவட்ட நீதிபதிகளிடம் பத்திரிகை வெளியிடுபவரும், அச்சகத்தாரும், அதற்குரிய விண்ணப்பங்களைப் பூர்த்தி செய்து அவர்களின் ஒப்புதலைப் பெற்றார்களோ, அதைப் போலவே பத்திரிகையை நிறுத்துவதென்றாலும் விண்ணப்பங்களைப்

பூர்த்தி செய்து நிறுத்தி விட்டோம் என்பதையும் அவர்களிடம் தெரிவித்து ஒப்புதல் பெற்றாக வேண்டும். இல்லை என்றால் தண்டனைக்குரிய குற்றமாக அதை எண்ணி நடவடிக்கை எடுக்கலாம். ஆனால், இப்போது யாரும் இந்த விதியை ஏனோ பின்பற்றப்படுவதில்லை. காரணமும் புரியவில்லை.

பத்திரிகைகள் வெளியிடுபவர்கள் அதற்குரிய விதிகளை, ஒழுங்குமுறைகளைப் பின்பற்றி வெளியிடும்போது நாட்டில் நடைபெறும் பத்திரிகைகள் வெளியிடும் முறைகளும் நெறிப்படுத்தப்பட்ட துறையாகத் திகழும் அல்லவா?

○○○

33. செய்தியாளருக்குத் தேவையான சிறப்புத் திறமைகள்

ஒரு பத்திரிகையாளருக்கு செய்தி சேகரிப்பாளர்கள் அவசியம் தேவை! பத்திரிகை துவங்கிய காலத்தில், அவரவர் செய்திகளை அஞ்சல்களிலும், அவசரச் செய்திகளானால் தந்தி, டெலிபோன், ட்ரங்கால்களிலும், இறுதியாக ஆட்கள் மூலமாகவும், அந்தந்தப் பத்திரிகைகட்குரிய உள்ளூர் விற்பனை முகவர்களாக இருக்கும் ஏஜெண்டுகள் மூலமும் பத்திரிகை அலுவலகத்திற்குச் செய்திகள் வந்து சேரும்.

கடிதம் மூலமாக பெரும்பாலும் பத்திரிகைக்கு வருவது தான் சர்வ சாதாரணச் செயலாக இருக்கிறது. கடிதத்திற்கு வடமொழியில் 'நிருபம்' என்று பெயர். அவர்கள் அன்றாடம் நிகழும் செய்திகளை 'நிருபம்' மூலமாக எழுதியனுப்புவதால், அவர்களுக்கு நிருபர் என்று பெயர் வந்தது. ஆங்கில மொழியில் அவர்களை Reporters என்று கூறுவார்கள். தமிழில் நாம் அந்தச் சொல்லைச் செய்தியாளர் என்கிறோம்.

கட்டுரையாளர்கள், கதை, கவிதை எழுதுவோர்களது பெயர்களைத்தான் முன்பெல்லாம் பத்திரிகைகள் வெளியிட்டன. அதனால், அந்தப் பெயர்கள் அத்தகைய எழுத்தாளர்களுக்கு மக்கள் இடையே செல்வாக்கும், சொல்வாக்கும் ஈட்டித் தந்தன.

ஆனால், இப்போது செய்தியாளர்கள் பெயரும் செய்திகட்குக் கீழே பத்திரிகைகள் வெளியிடுகின்றன. அதனால் நாள்தோறும் மக்கள் இடையே பழகும் வாய்ப்புடைய செய்தியாளர்கள் பெயரும் புகழும் பெறுகிறார்கள். அவரவர் ஊர்களிலே செய்தியாளர்களுக்குச் சொல்வாக்கும், செல்வாக்கும் நாளும் பெருகுகிறது.

உள்ளூர் காவல்துறை, நீதித் துறை, அரசுத் துறை, கல்வித் துறை, மருத்துவத் துறை, மக்கள் நல்வாழ்வுத் துறை மற்றும் பிற துறைகளிலிருந்தும் செய்திகளைச் சேகரிக்கும் பணி மதிப்பும், மரியாதையும் அவர்களுக்கு உருவாக்குகின்றது.

அதனால், அந்தச் செய்தியாளர்கள், ஆட்சியர், காவல் துறை உயர் அதிகாரி, தாசில்தார், மருத்துவத் துறை, நீதித்துறை போன்றவற்றில், தான் ஒரு பத்திரிகைச் செய்தியாளர் என்று அடையாள அட்டையைக் காட்டி விட்டு எந்தக் காரியத்தையும் சுலபமாகச் சாதித்துக் கொள்ளும் சூழ்நிலைகள் உருவாகின்றன.

எனவே, ஒரு நாளேட்டிற்குச் செய்தியாளர்கள் இல்லையென்றால் நாளேடு நடக்காது; பத்திரிகைகள் இல்லையென்றால் செய்தியாளர்களுக்கும் மரியாதை கிடையாது. பழைய பெருங்காய டப்பாக்களைப் போல ஊரில் உலா வருவர். அவ்வளவுதான் எதுவும் நடந்தவரை மிச்சம்.

செய்தியாளர்களால் பத்திரிகை தகுதி பெறுகின்றது. பத்திரிகையால் செய்தியாளர் தகுதி பெறுகின்றார்கள். அதனால் செய்தித் திரட்டுவோரால் ஒரு பத்திரிகையை உருவாக்கவும் முடியும், உருக்குலைக்கவும் முடியும்.

இதைத்தான் திரு. ரெங்கசாமி பார்த்தசாரதி என்பவர், தனது 'அடிப்படை பத்திரிகைக் கொள்கைகள்' (Basic Journalism) என்ற நூலில் குறிப்பிடும்போது, "ஒரு செய்தித் தாளின் புகழும், நம்பிக்கையும், செய்திகளையே சார்ந்துள்ளது. அதனால், அவர்களால் ஒரு செய்தித்தாளை ஆக்கவோ, அழிக்கவோ முடியும். அவர்கள்தான் ஒரு செய்தித்தாளுக்கு வாழ்வளிக்கும் இரத்தம் போன்றவர்கள்" என்கிறார்.

'ஒரு நாட்டின் செவிகளும், விழிகளும் பத்திரிகைகள் என்றால், செய்தி சேகரிப்போர் அதன் கால்களும் கைகளும் போல ஓடியாடி உழைப்பவர்கள்' என்கிறார் பழநியப்பா பிரதர்ஸ் வெளியிட்ட 'செய்திகள்' என்ற நூலில் திரு. எம். செல்லையா என்பவர்.

இவற்றுக்கெல்லாம் என்ன காரணம்? ஒரு பத்திரிகையின் அடிப்படைக் காரணமாக இருப்பவர் Reporter-களே ஆகும்! இவர்களுக்கு நிருபர் என்று பெயர்தானே தவிர, இந்தச் செய்தியாளர்கள் தேனியைப் போல பறந்து பறந்து ஒவ்வொரு மலர்களையும் ஊடுருவதைப் போல, ஒவ்வொரு நிகழ்ச்சிகளிலும் செய்தி என்ற தேன் துளிகளைத் திரட்டும் கலைஞர்களாக உள்ளவர்களே செய்தியாளர்கள்!

'தினமணி' நாளேட்டின் சிறந்த செய்தியாளராகப் பணியாற்றியவர் திரு. ஏ.என். சிவராமன் என்ற வார்த்தைச் சித்தர். போர்க்காலக் களங்களில் செய்திகளைச் சேகரித்திட இந்தியா வந்தவர்தான் இங்கிலாந்து நாட்டின் பிரதமராக இருமுறை இருந்த வின்ஸ்டன் சர்ச்சில்.

எனவே, செய்தி திரட்டுவது என்பது அவ்வளவு சுலபமான பணியன்று. கடலில் மூழ்கி முத்தெடுப்பதைப் போல, சுனாமி என்ற கடல் பேரழிவுக்கும் அவர்கள் அஞ் சாமல் பணியாற்ற வேண்டியவர்களாவர்.

அமெரிக்காவில் மெல்வைல் இ. ஸ்டோன் என்பவர் அசோசியேட்டட் பிரஸ் (Associated Press) என்ற ஒரு செய்தி நிறுவனத்தை அமைத்தபோது, 'ஓர் ஆசிரியரின் அறிவைவிட செய்தி சேகரிப்போர் அறிவு செல்வாக்கும் சிறப்பும் உடையது' என்று குறிப்பிட்டார்.

சமுதாயத்தில் நடமாடும், ஒவ்வொரு மனிதனும் செய்தியாளன்தான்! அவனவன் அறிவுக்கு ஏற்றவாறு மக்களிடையே செய்திகளைப் பரப்பி விடுவான். ஆனால், அவன் செய்வது செய்தியாளன் பணியன்று. வதந்தியாளன் செயலாகவும் (Rumour) இருக்கக் கூடுமில்லையா? அதனால், அவரைப் போன்றவர்களல்லர் செய்தியாளர்கள். மக்களே போல்வர் 'கயவர்' என்றார் திருவள்ளுவர் பெருமான் கயவர்களை அடையாளம் காட்டும்போது. அதுபோலவே வதந்தி பரப்புவோனும் வேறு மனிதனைப் போலவே நடமாடுவான்.

எப்படி Reporterரைக் அடையாளம் காண்பது? செய்திகளைப் பரப்புகின்ற வாசகர்களின் எண்ணிக்கையை வைத்து அடையாளம் காணலாம்! அதெப்படி?

நிருபர் கொடுக்கின்ற செய்தி எப்படிப்பட்டதாக இருக்கின்றது? அதனால் மக்களுக்கு உண்டான உண்மை என்ன? நன்மை என்ன? செய்தியாளர் செய்த அறிவுப் பணிகளின் ஆக்கச் செயல்கள்; செய்தியாளர் அந்தச் செய்தியை எந்த வடிவத்தில் வெளியிட்டார்; அவர் பிரசுரித்த செய்தியால் விளைந்த நோக்கம், ஊக்கம், ஆக்கம் என்னென்ன? ஆகிய சில வித்தியாசமான செய்திகளது வெளியீட்டால் அவர் மக்கள் இடையே ஒரு தனி அடையாளமாகக் காணப்படுவார்! அவர் தான் திறமையான செய்தியாளர்!

எனவே, செய்தியாளர்கள் திறமைகளைப் பத்து வகைகளாகப் பிரிக்கலாம். தமிழ்ப் படித்தவர்கள் இந்த உண்மைகளை உணர்வார்கள்.

○○○

34. செய்தியாளர்கள் பிரிவு

1. தலைநகரச் செய்தியாளர்கள்

செய்திப் பத்திரிகைகள் பெரும்பாலும் முக்கியமான நகரங்களிலே இருந்து வெளிவந்தால்தான் அவற்றுக்குச் செய்திகள் திரட்டிட வசதியாக இருக்கும். அந்தந்த நகரங்களிலே உள்ளூர் செய்திகளைத் திரட்டுபவர்கள் City Reporters என்ற நகரச் செய்தியாளர்கள் ஆவர்.

இவர்கள் அன்றாடம் அந்த நகரப் பகுதிகளிலே நடைபெறும் நன்மை தீமைகளைத் தரும் செய்திகளைச் சேகரித்துத் தங்களது தொடர்பான பத்திரிகைகளுக்கு வழங்கப் பணிபுரிவார்கள்.

2. ஒவ்வொரு மாவட்டத்தின் தலைநகர்ப் பகுதிகளிலிருந்து செய்திகளைச் சேகரிப்பவர்களுக்கு நகர்ப்புறச் செய்தியாளர்கள் (Mofussil Reporters) என்று பெயர்.

3. தேசியச் செய்தியாளர்கள்

இவர்கள் திரட்டும் செய்திகள் அகில இந்திய வளர்ச்சி நிலைமைகளுக்குத் தக்கவாறு அமைய வேண்டும். அதனால் அவர்கள் தேசிய நிருபர்கள் எனப்படுவார்கள்.

4. வெளிநாட்டுச் செய்தியாளர்கள்

உலக நாடுகளின் தலைநகரங்களில் வாழ்ந்து கொண்டு அங்குள்ள உலகச் செய்திகளைத் தத்தங்களது நாடுகளுக்கு அறிவிக்கும் செய்தியாளர்களாவர்.

5. பகுதிநேரச் செய்தியாளர்கள்

பத்திரிகை அலுவலகத்தில் நேரடியாக வேலை செய்யாமல், தங்களது வாழ்க்கைக்குரிய நிரந்தரப் பணிகளைச் செய்து

கொண்டு, ஓய்வுநேரங்களில் தகவல்களைச் சேகரித்துக் குறிப்பிட்டச் செய்தித்தாள்களுக்கு மட்டுமே செய்திகளை அனுப்புவர். அவற்றுக்குத் தக்கவாறு ஊதியம் பெறுவார்கள். இவர்களை Part-time Reporters என்பார்கள்.

6. ஒரு மாநிலத்தின் தலைநகரத்தில் இயங்கும் நாடாளுமன்றம், சட்டமன்றங்களில் நடைபெறும் செய்திகளை வழங்குபவர்களை மன்றச் செய்தியாளர்கள் (Lobby Correspondents) என்று குறிப்பிடுவார்கள்.

இந்த வகைச் செய்தியாளர்கள், அந்த நாட்டின் அமைச்சர்கள், குடியரசுத் தலைவர் அல்லது வெளிநாடுகளில் இருந்து நமது நாட்டிற்கு வருகை தரும் அதிபர்கள், மன்னர்கள், பிரதமர்கள் அரசியல்வாதிகள் கலந்து கொள்ளும் நிகழ்ச்சிகளுக்குப் பின்தொடர்ந்து சென்று, அவர்களுடைய சம்பவங்களைச் சேகரித்து நாடு முழுமைக்குரிய வகையில் முக்கியமானச் செய்திகளைக் கொடுத்துக் கொண்டிருப்பவர்கள்.

7. இவ்வாறு பணிபுரியும் செய்தியாளர்களிலே Special Correspondents என்ற பெயரில் சிறப்புச் செய்திகளை மட்டுமே வழங்குபவர்களாக இவர்கள் இருப்பார்கள்.

8. ஒவ்வொரு ஊர் நிகழ்ச்சிகளைப் பார்த்து, அவற்றைப் பார்த்தது பார்த்தவாறே செய்திகளை அனுப்புவர்களும் (Reporters) இருப்பதுண்டு.

9. கண்ட செய்திகளைக் கண்டவாறும், அத்துடன் தங்களது யூகங்களைச் சேர்த்தும், செய்திகளை அனுப்பு வார்கள். இவர்களுக்கு விளக்கச் செய்தியாளர்கள் (interpretative Reporters) என்ற பெயருண்டு.

10. செய்தி வல்லுநர் எனப்படுவோர் ஒரு சம்பவத்தை நேரில் சென்று பார்க்காமலேயே அதன் முக்கியத்துவம் இதுதான் என்று உறுதியை அறுதியிட்டு எழுதுபவர்களை Expert Reporters என்று சொல்வார்கள்.

இவ்வாறு செய்தியாளர்கள் பத்து வகை ஆற்றல்களோடு ஆங்காங்கே பணிபுரிபவர்களாக விளங்குவதால்,

பொதுவாகச் செய்தியாளர்களைத் தசாவதானிகள் என்றும் அழைக்கலாம்.

செய்தியாளர்களால் நாட்டுக்கு என்ன பயன் என்றால், அவர்கள் சமுதாய விழிப்புக்கு நாள்தோறும் பணியாற்றி, ஆங்காங்கே நடைபெறும் உண்மைகளை உலகுக்கு உணர்த்தும் பொறுப்பினைச் செய்வதால் அவர்களைச் சமுதாய விழிப்புணர்வூட்டும் ஆசான்கள் என்றும் கூறலாம்.

சமுதாயத்தில் அன்றாடம் நடைபெறும் அநீதிகளை மக்களுக்குச் சுட்டிக் காட்டுவதோடு இராமல், மக்களுக்கு தீமைகள் வருமுன் காக்கும் சீர்திருத்தவாதிகளாகவும் செய்தியாளர்கள் இருக்கின்றார்கள். அதனால், அவர்களை மக்கள் இயக்க இயங்கும் சீர்திருத்தவாதிகள் என்றும் பெருமையோடு குறிப்பிடலாம் இல்லையா?

செய்தியாளர்கள் நியமிக்கப்படாத பத்திரிகையாக இருந்தால், அந்த இடங்களுக்குப் பத்திரிகை விற்பனையாளரே **(Agent) Reporter**ராக பணியாற்றுவதுமுண்டு. அந்தவிதமான செய்தியாளர்கள் அந்த ஊரிலே உள்ள மக்களால் பெரிதும் மதிப்போடும், மரியாதையோடும் நடத்தப்படுபவர்களாக நடமாடுவார்கள்.

எனவே, செய்தியாளர்கள் மக்கள் நம்பிக்கைக்காக உழைக்கும் உண்மைப் பணியாளர்களாக உலா வரவேண்டும். இல்லையானால், ஊராரே அவர்களை அவமதிக்கும் நிலைகளையும் பெறுபவர்களாக இருக்க நேரிடும். இதை உணர்பவர்களால்தான் செய்தியாளர்களுக்கு மரியாதையும், மதிப்பும் உருவாகும் என்பதை நிருபர்கள் உணர்ந்து செய்திகளைத் திரட்ட வேண்டும்.

ஒவ்வொரு நகரம், வட்டம், மாவட்டம், கிராமங்களில் பணியாற்றும் செய்தியாளர்களால், அந்தந்த பத்திரிகைகளுக்கு நல்ல புகழும், மரியாதையும், மதிப்பும் உருவாக வேண்டுமானால், அந்தச் செய்தியாளர்கள் நாணயவாதிகளாய் 'நா'நய வாதிகளாய், ஒழுக்கம் ஓம்பிகளாய், கையூட்டு ஆசை அற்றவர்களாய், நேர்மையான பண்புடையவர்களாய், பழக்க

வழக்க அன்பர்களாய், கல்வியறிவுச் சிறப்புடையவர்களாய், செய்திகளைச் சேகரிக்கும் திறனாளர்களாய், மக்களுக்கேற்ற நண்பர்களாய், தன்னம்பிக்கை உடையவர்களாய், முன்கோப மற்றவர்களாய், நடுநிலையாளர் நோக்குடையவர்களாய், அழகும் கம்பீரமும் ஆற்றலுமுடையத் தோற்றமுள்ளவர்களாய், சுயநலமற்ற பொதுநல அக்கறையுடையவர்களாய், எல்லாவற்றுக்கும் மேலாகப் பத்திரிகைச் சட்டங்களையும், அரசு சட்டங்களையும் உணர்ந்தவராய், அவற்றை மதிப்பவராய், உண்மையே உருவான ஒழுக்கசீலங்களைப் பேணுபவராய் இருந்தால்தான், அந்தச் செய்தியாளரால் நாட்டுக்கும், சமுதாய மேம்பாடுகளுக்கும் நன்மைகள் இமயம் போல் ஓங்கி நிற்கும் தன்மையராய் திகழ்வார்கள். அப்படிப்பட்ட அறிவாளிகளால் தான் அந்தப் பத்திரிகையும் வளரும், வாழும் என்பதை உணர்பவர்தான் உண்மையான, உத்தமமான செய்தியாளர் என்ற பெயரைப் பெறுவார்.

இத்தகையை அரும்பெரும் பண்புகளை உடையவர் தான், நாளை ஒரு பத்திரிகைக்கு ஆசிரியராகவும், வர முடியும். வரவேண்டும். அப்போதுதான் பத்திரிகைக்கு நல்ல பெயர் கிட்டும். அத்தகையவர் ஒரு நாள் நாட்டை ஆள்பவராகவும் மாறும் காலம் தோன்றும் அல்லவா? அறிஞர் அண்ணாவைப் போல, கலைஞருக்கு நிகராக, வின்செண்ட் சர்ச்சில்லாக விளங்கிடலாம் இல்லையா?

○○○

35. செய்தி தேர்வு செய்யும் விதம்

செய்திகள்: பத்திரிகைக்குச் செய்திகள் என்பவை தான் மூலப் பொருட்கள்! செய்திகள் இல்லையானால் செய்தித் தாள்கள் இல்லை. எனவே, செய்தி என்ற சொல்லுக்குரிய பொருள் என்ன என்பதை நாம் புரிந்து கொள்வது நல்லதல்லவா?

செய்தி என்ற தமிழ்ச் சொல்லுக்கு ஆங்கிலத்தில் News என்ற சொல்லைப் பயன்படுத்துகிறோம்.

News என்ற சொல்லில் உள்ள முதல் மூன்று எழுத்தை New என்று சொல்லுகின்றோம். New என்றால் புதிய, முன்னில்லாத, முதன் முதலாகத் தெரிவிக்கப்படுகின்ற, முன் உணரப்படாத, தெரிய வராத, முன் கேட்டறியாத, முன் கண்டறியாத, அண்மையில் தோன்றிய, புதிதாக ஆக்கப்பட்ட, அண்மையில் செய்து முடிந்த, புதிதாகக் கண்டுபிடிக்கப்பட்ட, புதிதான, பழக்கமில்லாத, மாறிய, மாறுபாடான புது மாறுதலுடைய, புதுப்பிக்கப்பட்ட, புதிதாகச் சேர்க்கப்பட்ட, கெடாத, புது நிலையிலுள்ள, பழமைப்பட்டு விடாத, தேய்வுறாத, தளராத, பளபளப்புக் குறையாத, புத்தாக்கம் பெற்ற, புத்துயர்வு பெற்ற, வேறு வகையான, அனுபவமற்ற, புதுமுறையான, புதிதாக என்ற 32 விதமான பொருட்களை அந்த New என்ற ஆங்கிலச் சொல் அறிவிக்கின்றது என்று ஆங்கிலம் தமிழ்ச் சொற்களஞ்சியம் என்ற அகராதி கூறுகின்றது. இந்த நூலை சென்னைப் பல்கலைக் கழகம் 1965ஆம் ஆண்டில் வெளியிட்டுள்ளது.

இந்தப் பொருட்களுக்குரிய விளக்கங்களை, சம்பவங்களை ஒவ்வொன்றாக விளக்கினால் நூல் விரியும் என்பதால் New என்ற ஆங்கிலச் சொல்லுக்குரிய தமிழ்ப் பொருட்களை

மட்டுமே கொடுத்துள்ளோம். காரணம், "A word having the same form in its many parts of speech is treated as one word-if its etymons are the same' என்பதற்கேற்ப, ஒரு சொல்லை பல சம்பவத்தின் மூலவேர்ச் சொல் பேச்சு வழக்குக்கு ஏற்றவாறு நாம் அதைப் பயன்படுத்திக் கொள்ள வேண்டும் என்பதால், விளக்கம் தேவையில்லை என்று கருதிச் சுருக்கமாகப் பொருளை மட்டுமே இங்கே குறித்துள்ளோம்.

எடுத்துக்காட்டாக, New Comer காலம் தாழ்ந்து வந்து சேர்ந்தவர் New Look தற்கால உடை பழக்கம், புத்தம் புதிய தோற்றம், New Moon முதற் பிறை நிலா; New Year வரும் ஆண்டு; The New Woman புதுமை பெண் என்பவைக்கேற்ப New என்ற சொல்லைச் சம்பவத்திற்குத் தகுந்தபடி பயன்படுத்திக் கொள்வது ஆங்கில மரபு. அதாவது, வேர்ச் சொல் மாறாமல் பயன்படும் பல்வகைப் பேச்சு வழக்கு முறைக்கு ஏற்றவாறு பயன்படுத்தலாம்.

எனவே, News என்றால், செய்தி, புதுத் தகவல், புதிய நிகழ்ச்சிகளின் விவரம் என்றும் கொள்ளலாம்.

இந்த News என்ற சொல்லிலிருந்து News Agent (செய்தித் தாள் சேகரிப்பவர்); News Boy (செய்தித் தாள் கூவி விற்கும் சிறுவன்); News Letter (செய்தி மடல்); News Monger (ஊர் செய்தி வம்படிப்பவர்); News Paper (செய்தித்தாள்); News Print (செய்தித் தாளை அச்சிடும் தாள்); News Room (செய்தி வாசிக்கும் அறை) போன்று News என்ற சொல் எந்தெந்த தொழிற் சம்பவங்களோடு இணைகின்றதோ அதற்கேற்ற சம்பவங்களுக்குப் பொருள் கொள்ளலாம். இதுபோல தமிழ் மொழியிலும் உண்டு.

எனவே, New என்பது புதியது என்ற பொருளைத் தரும் சொல்லாகும். அது 'S' சேர்ந்து பன்மையில் வரும்போது 'புதியன' என்பது பொருளாகும்.

News என்ற சொல்லில் உள்ள N என்பது North என்ற வட திசையையும், E என்ற எழுத்து East என்ற கிழக்கையும், W என்ற எழுத்து West என்ற மேற்கையும், S என்ற

எழுத்து South என்ற தென் திசையையும் குறிக்கும் முதல் எழுத்துகளால் ஆன திசைகளது பெயராகும். அதாவது வடக்கு, கிழக்கு, மேற்கு, தெற்கு என்ற நான்கு திசைகளில் உள்ள நாடுகளிலிருந்து வரும் அன்றாடப் புதிய புதியச் செயல்களைக் குறிக்கும் செய்திகளாகும் என்று News என்ற ஆங்கிலச் சொல் கூறுகின்றது. ஆங்கிலேயர் நான்கு திசைகளிலும் அன்றாடம் நடைபெறும் செய்திகளைக் குறிக்கவே News என்ற சொல்லை உருவாக்கினார்கள்.

தமிழில் அதைச் ‘செய்தி’ என்கிறோம், அந்தத் தமிழ்ச் சொல்லின் ‘தி’ என்ற இறுதி எழுத்து திசைகள் நான்கு என்று எண்ணி, அந்த நாற்திசைகளில் இருந்து வரும் புதிய புதிய செயல்களைச் ‘செய்’ என்ற தமிழ்ச் சொல்லில் அடக்கி ‘செய்தி’ என்றால் உலகத்தின் நான்கு திசைகளிலிருந்து வரும் புதிய செயல்களுக்குச் ‘செய்தி’ என்று குறிப்பிடலாம் இல்லையா? சரி, என்றால் ஒப்புங்கள்; இல்லையென்றால் விட்டு விடுங்கள். அதனால் நமக்கு நட்டமில்லை அல்லவா? ஏனென்றால் செய்+தி = செய்தி தானே!

எதையாவது உலகுக்கு உரைப்பதுதானே செய்தி. இன்றைய செய்தி, நாளைய வரலாறுதானே செய்தி? அந்தச் செய்தி உலக மக்களின் கவனத்தை இழுக்கும் காந்த சக்திதானே செய்தி?

எனவே, புதுமையான செயல் எதுவோ? அது செய்தி! மனிதனுக்குச் சுவையூட்டுவது எதுவோ அது செய்தி! மக்களுக்கு ஆர்வமூட்டும் சம்பவம் என்னவோ அது செய்தி! அதைத் தெரிந்து கொள்ளும் கருவிதானே செய்தித்தாள்?

அந்தச் செய்திகள் புரட்சிகளாக இருக்கலாம்; உணர்ச்சிகளாக உந்தி எழலாம்; எழுச்சிகளை எடுத்துரைக்கலாம்; வீழ்ச்சி அழிவுகளை விளக்கலாம் சமுதாயத்தின் தனி மனித குற்றங்களாகச் சதிராடலாம்; நீதியை நிலை நாட்டும் சந்நிதானங்களாகவும் அமையலாம்; பொருளாதார வளர்ச்சி வீழ்ச்சிகளைத் தோற்றுவிக்கும் சந்தைகளாகலாம்; பெண் காம உணர்ச்சிகளின் களமாகக் காணப்படலாம்; மதம், சாதி, அடிதடி மோதல்களாய் கலவர மூட்டலாம்;

விஞ்ஞான விந்தைகளாக விளங்கலாம்; கொலை, களவு, மர்மக் குற்றங்களாகத் தென்படலாம்; சினிமா, நாடகம், இலக்கியம், கவிதை, கலைத்துறைகளாகக் காட்சி தரலாம்; இயற்கைச் சீற்றங்களால் தாண்டவமாடிடும் சுனாமி, சூறாவளி, புயல், பூகம்ப, எரிமலைக் கோரங்களின் கொடுமை அழிவுகளாக உண்டாகலாம்; பலவகையான ஆன்மீக சம்பவங்களாகத் திகழலாம்; எனவே, செய்திகள் என்பவை உலகத்தின் பல தோற்றங்களால் உருவாகுபவையே! அவற்றைச் சேகரித்துத் தாள்கள் மூலம் தந்து மக்களை எச்சரிக்கையோடு விழிக்க வைத்து, வாழ்க்கை நடத்த உதவுபவைகளே செய்தித் தாள்களின் அற்புதப் பணிகளாகும்.

இந்த வகையான சமுதாய மேம்பாடுகளுக்காக உழைப்பதுதான் செய்தித்தாள்கள். அதனால்தான் மக்கள் அவற்றை விரும்பி வாங்கிப் படித்துத் தெளிவு பெற்றிட விரும்புகிறார்கள்.

எந்த ஒரு சம்பவமானாலும், அதை எங்கே நடந்தது? ஏன் நடந்தது? எப்போது நடந்தது? எதற்காக நடந்தது? என்ன முடிவு? என்பதை மக்களுக்கு விவரமாகத் தெரிவிப்பதுதான் செய்தித்தாள் கல்வியாகும்!

பள்ளிப் பாடங்களைப் போதிப்பவன் பள்ளி ஆசிரியன்; நாட்டு நடப்புகளை விளக்கமாகப் போதிப்பவன் செய்தித் தாள் ஆசிரியன்! இரு ஆசிரியர்களும் நாட்டுக்கும் வீட்டுக்கும் எதிர்கால நன்மைகளை விளைவிப்பவர்கள் என்றால் அது மிகையாகாது.

பத்திரிகைச் செய்திகளை வழங்கும் உலக, இந்திய அமைப்புகள்

தமிழ்நாட்டில் செய்தித்தாளை நடத்துகின்றோம். அமெரிக்கா, இரஷ்யா, ஐரோப்பா போன்ற நாடுகளில் நடைபெறும் அன்றாடச் செய்திகளை நாம் இங்கே இருந்து கொண்டே தெரிந்து கொள்கின்றோமே!

தமிழ்நாட்டுக்குள் நாம் செய்தித்தாளை நடத்தும்போது, ஒவ்வொரு மாவட்டத்திலும், வட்டத்திலும், பேரூர்

சிற்றூர்களிலும் செய்தியாளர்கள் மூலமாக செய்திகளைப் பெற்றுக் கொள்கிறோம். காரணம், ஒவ்வொரு ஊர்களிலும் நமது பத்திரிக்கைக்காகப் பணியாற்றும் நிருபர்கள் செய்திகளை அங்கங்கே இருந்து திரட்டி அனுப்புகிறார்கள்.

அந்தச் செய்திகளை நமது பத்திரிகையில் பணியாற்றும் செய்தி ஆசிரியர், துணையாசிரியர் ஒழுங்குபடச் செம்மைப் படுத்தி, உருவாக்குகிறார்கள். அதனால், நாம் நாள்தோறும் நாட்டு மக்களுடன் தொடர்பு கொள்ளும் நிலை உருவாகின்றது.

அதனைப் போலவே, இந்திய மாநிலங்களிலும், தலைநகரான புது தில்லியிலும் பண வசதி படைத்த பத்திரிகைகள் செய்தியாளர்களை நியமித்துக் கொண்டு அவர்கள் மூலமாகச் செய்திகளைப் பெற்று, செப்பஞ் செய்து பத்திரிகையில் வெளியிட்டு, பிற மாநில மக்களின் வாழ்வியல் குறை நிறைகளை நமது மக்களுக்கு அறிவிக்கின்றோம். மக்கள் அந்தச் செய்திகளைப் படித்து நாட்டு நிலைகளைத் தெரிந்து கொள்கிறார்கள்.

ஆனால், ஒவ்வொரு செய்தித்தாளும், அவை எவ்வளவுதான் பண வசதிகளைப் பெற்றிருந்தாலும், ஆங்காங்கே செய்தியாளர்களை நியமித்துச் செய்தி சேகரிப்பதென்பது மிகக் கடினமான வேலையாகும். 'இந்து' போன்ற பெரிய பத்திரிகை நிறுவனங்கள் சிலவற்றுக்குத்தான் அத்தகையை சக்தி இருக்க முடியும்! எல்லா பத்திரிகைகளாலும் முடியாது.

அதனால்தான் செய்திகளைத் திரட்டி மற்ற நாடுகளுக்கு வழங்கிட, ஒவ்வொரு நாட்டிலும் செய்தி நிறுவனங்கள் இயங்கிக் கொண்டிருக்கின்றன. இவை கூட்டுறவு மூலமோ அல்லது தனியார் வாயிலாகவோ நடைபெற்று வரும் செய்தி நிறுவனங்களாகும்.

இந்தச் செய்தி நிறுவனங்கள் பத்திரிகையாளர்களிடம் பணம் பெற்று உறுப்பினர்களாக்கிக் கொண்டு உரிய செய்திகளை உலகுக்குத் தருகின்றன. இதழ் நடத்தும் நமக்கும்

பணம் பலம் இருந்தால் ஒன்றுக்கு மேற்பட்ட செய்தி நிறுவனங்களில் உறுப்பினராகிச் செய்திகளைப் பெறலாம்.

ஒவ்வொரு நாட்டிலும் உள்ள செய்தி நிறுவனங்கள், உலகத்திலுள்ள புகழ் பெற்ற நிறுவனங்களுடன் இணைந்து, உறுப்பினராகி, அந்தந்த நாட்டுச் செய்திகளை அவை பெற்று, அவற்றிலே இருந்து தங்களது நாடுகளிலுள்ள பத்திரிகை உறுப்பினர்களுக்குச் செய்திகளைக் கொடுத்து வெளியிடச் செய்கின்றன.

இத்தகைய உலகச் செய்தி நிறுவனங்கள் கடந்த பல ஆண்டுகளாக ஒவ்வொரு பெரிய நாடுகளிலும் நடந்து வருகின்றன.

அமெரிக்கா, இரஷ்யா, இங்கிலாந்து, சீனா, ஜப்பான், ஆஸ்திரேலியா, ஜெர்மன், இத்தாலி, ஃபிரான்ஸ் போன்ற நாடுகளிலே இத்தகைய உலகச் செய்தி நிறுவனங்கள் திறமையாக இயங்கி வருகின்றன.

கம்பியில்லாத தந்தி, தொலைபேசி, கடலடித் தந்தி (cable), டெலி பிரிண்டர், டெலக்ஸ் (Telex) முறைகள் செய்திகளை உலக நாடுகளுக்கு அனுப்பிட வசதியாக உருவாக்கப்பட்டு, அவற்றின் மூலமாக பிற நாடுகளுக்குரிய செய்திகளை அந்தந்த நாடுகளின் நிறுவனங்களுக்கு வழங்கி வருகின்றன.

பத்திரிகையாளரான நாம், அந்த நிறுவனங்களின் உறுப்பினரானதால் அவை கட்டணம் பெற்றுக் கொண்டு நமக்கு உலகச் செய்திகளைத் தருகின்றன. இவ்வளவு வசதிகள் செய்திகளைப் பரிமாற இருந்தும்கூட, தற்போது விண்வெளித் தொழில் நுட்ப வளர்ச்சியின் மூலமாக செயற்கைக் கோள் செய்தி அனுப்பும் முறையில் (Satellite) நேர் படி ஒளிப்படம் அனுப்பும் முறை (Facsimile Transmission)யால் தகவல் அனுப்புவதும் பெறுவதுமான புதிய முறைகள் உருவாகியுள்ளன.

அவற்றாலும் உடனுக்குடன் நிமிடங்கள் கணக்கில் உலகச் செய்திகளைப் பெற்று வருவதும், அனுப்புவதுமாக செய்தித் துறை நிறுவனங்கள் வளர்ந்து விட்டன. அதனால் செய்திப்

பத்திரிகை வளர்ச்சியும் நாள்தோறும் முன்னேறி வரும் காட்சிகளைக் காண்கின்றோம்.

உலகத்தின் முதல் செய்தி நிறுவனத்தை அமைத்தவர் சார்லஸ் ஹாவாஸ் என்ற ஒரு பிரெஞ்சுக்காரர். அவர் 1825ஆம் ஆண்டில் பாரிஸ் நகரில் ஒரு செய்தி நிறுவனத்தை அமைத்து, அந்த நிறுவனம் தற்போது உலகெங்கும் பல கிளை நிறுவனங்களைத் தோற்றுவித்து வெற்றிகரமாக நடத்தி வருகிறது. அந்த நிறுவனம் பத்தாண்டுகளுக்குள் நல்ல செல்வாக்குடன் வளர்ந்து செய்திகளை வழங்கி வருகிறது.

இலண்டன் நகரிலே உள்ள ராய்டர் செய்தி நிறுவனத்துடன் பங்கு கொண்டு, அவற்றிலிருந்து செய்திகளைப் பெற்றதுடன், 1875ஆம் ஆண்டில் அமெரிக்காவின் நியூயார்க் நகரிலுள்ள அசோசியேட்டட் பிரஸ் (Associated Press) என்ற நிறுவனத்துடன் செய்திகளை வழங்கும் பணியை வெற்றிகரமாகச் செய்து வருகின்றது.

அதே பிரெஞ்சுக்காரர் செய்தி நிறுவனத்தில் பணியாற்றிய பெர்னார்டு உல்ஃப் என்பவர், 1848ல் ஜெர்மன் நாட்டில் ஒரு செய்தி நிறுவனத்தை ஆரம்பித்தார். இவர் முதன் முதலாக வணிக நிறுவனங்களுடன் தொடர்பு கொண்டு அவற்றின் விலை விவரங்களைத் தொகுத்து, உலக நாடுகளிலுள்ள வணிக நிறுவனங்களுக்கு வழங்கி வருவாய் தேடிய அவர், பிறகு, அரசியல், சமுதாயச் செய்திகளையும் திரட்டித் தரும் பணியில் உயர்ந்து நின்று செல்வர் ஆனார்.

இவரது நிறுவனம் உலகின் பல நாடுகளில் கிளைகளை அமைத்துக் கொண்டு இலண்டன் ராய்ட்டர் செய்தி நிறுவனத்துடன் தொடர்பு கொண்டு வளர்ந்தார்.

பெர்னால்டு உல்ஃப் நிறுவனம், பல்கேரியா, ருமேனியா, ரஷ்யா, கிரிஸ், துருக்கி போன்ற பல்வேறு நாடுகளிலும் செய்தி நிறுவனங்களை நிறுவி வந்தபோது முதல் உலகப் போர் 1914–18ல் உருவானதால், அதன் வளர்ச்சி குன்றி வீழ்ச்சியுற்றது.

○○○

36. இலண்டன் இராய்ட்டர் நிறுவனம் (Reuter)

இராய்ட்டர் என்ற உலகச் செய்தி நிறுவனம் தற்போது இலண்டன் நகரிலே இருந்தாலும், இது 1850ஆம் ஆண்டில் ஃபிரான்ஸ் நாட்டில் துவக்கப்பட்டு, 1851ல் இலண்டன் நகர் சென்றது.

இந்த நிறுவனம் ஆஸ்திரேலியா, நியூசிலாந்து, பிரிட்டன் நாடுகளிலே உள்ள 4 பத்திரிகைகளுக்கு உரிமையானது.

60 நாடுகளில் 150 நிறுவனங்களுக்கு இந்த நிறுவனம் செய்திகளை வழங்கி வருகின்றது. தனியார் இதைத் துவக்கியபோது என்ன செல்வாக்கோடிருந்ததோ அதே மதிப்போடு இன்றும் உலகில் செய்திகளை அது வழங்கி வருகின்றது. ஏஜென்சி ஃபிரான்ஸ் பிரஸ் (Agency Franle Press) எனப்படும் செய்தி நிறுவனம், 1835ஆம் ஆண்டில் சார்லஸ் ஹாவஸ் என்பவரால் ஆரம்பிக்கப்பட்டது.

ஏறக்குறைய 109 ஆண்டுகளாக இது செயல்படுவதுடன் உலகின் முதல் செய்தி நிறுவனம் என்ற புகழை நிலை நாட்டிக் கொண்டது.

இந்த நிறுவனம் ஃபிரான்சுக்குரியதாக இருந்தபோது, செர்மன் இதை ஆக்ரமித்துக் கொண்டது. ஃபிரெஞ்சுக்காரர்கள் போராட்டம் நடத்தியபோது இது தோன்றியது. அதனால் இது ஃபிரெஞ்சுக்காரர்களின் தலைமறைவுச் செய்திகளை வெளியிட்டதால் ஜெர்மானியர் இதைக் கைப்பற்றிக் கொண்டார்கள். இதற்கு ஆண்டுதோறும் பிரிட்டன் அரசு மானியம் வழங்கி வருகின்றது.

இந்த ஏஜென்சி நிறுவனத்தை 1957ஆம் ஆண்டு முதல் ஃபிரெஞ்சுக்காரர்கள் சட்டத்தின் துணையால் தனித்தியங்க வைத்துள்ளார்கள். ஃபிரெஞ்சு செய்தித்தாள்கள், வானொலி, தொலைக்காட்சிகள், பொதுமக்கள் சார்பாளரும் இந்தச் செய்தி நிறுவன ஊழியர்களாகப் பணிபுரிகிறார்கள்.

ஏறக்குறைய 167 நாடுகளிலே இதற்குச் செய்தி நிறுவனக் கிளைகள் உள்ளன. 152 நாடுகளுக்குச் செய்திகளை வழங்கி வருவது குறிப்பிடத்தக்கதாகும்.

ooo

37. யுனைடெட் பிரஸ் செய்தி நிறுவனம்

இது 1907ஆம் ஆண்டில் துவக்கப்பட்டது. ஸ்கிரிப்ஸ் யுனைடெட் பிரஸ் அசோசியேஷன் என்பது இதன் முழு பெயர். 1908ஆம் ஆண்டில் அமைக்கப்பட்ட ஹர்ஸ்டஸ் இண்டர்நேஷனல் நியூஸ் சர்வீஸ் இத்துடன் இணைந்தது. 1958ஆம் ஆண்டில் இது யுனைடெட் பிரஸ் இண்டர் நேஷனல் (UPI) என்ற பெயரில் செயல்பட்டு வருகிறது.

இது தனியார் நிர்வாகத்தில் இயங்கி வரும் ஒரே ஓர் உலகச் செய்தி நிறுவனம். இதில் 92 நாடுகளிலுள்ள 7097 பத்திரிகைகள் கட்டண உறுப்பினர்களாக இருக்கிறார்கள்.

○○○

38. இரஷ்யாவின் டாஸ் செய்தி நிறுவனம்

இந்த நிறுவனம் சோவியத் ரஷ்யாவில் செய்தி நிறுவனமாக இயங்கி வருகிறது. Telegrafnoe Agentsvo Sovetsrovo Soiuza என்பது இதன் முழு பெயர். இது *1918* முதல் TASS என்ற பெயரில் செய்தி நிறுவனமாக உள்ளது. இதனை *1925*ஆம் ஆண்டு வரை ரோஸ்டா (Rosta) என்று குறிப்பிட்டார்கள்.

இந்த நிறுவனம் சோவியத் ரஷ்யா அரசின் நேரடி நிர்வாகத்தில் இயங்கி வருகிறது. அரசையும், பொதுவுடமைக் கட்சியையும் சார்ந்த நிறுவனமாகும்.

ஏறக்குறைய *110* நாடுகளில் *40* செய்தி திரட்டும் அலுவலகங்களும், *61* தனியார் செய்தியாளர்களும் இந்நிறுவனத்தில் பணியாற்றுகிறார்கள்.

○○○

39. இந்தியாவில் இயங்கும் செய்தி நிறுவனங்கள்

இந்தியப் பத்திரிகை உலகத்திற்கான உலகச் செய்திகளை வழங்குவதற்காக இலண்டன் நகரத்தில் இயங்கி வரும் இராய்ட்டர் செய்தி நிறுவனத்தின் கிளை 1878ஆம் ஆண்டில் மும்பை நகரில் துவங்கியது.

ஆனால், Bombay Times என்ற இங்லீஷ் பத்திரிகை 860ஆம் ஆண்டு முதல் ராய்ட்டர் செய்தி நிறுவனம் இலண்டன் நகரிலுள்ள காலத்திலிருந்தே, உலகச் செய்திகளை அதனிடமிருந்து 'பம்பாய் டைம்ஸ்' ஏடு பெற்று வெளியிட்டு வந்தது. பிறகு, ராய்ட்டர் பம்பாய் வந்த பிறகு அதனிடம் நேரடித் தொடர்பு கொண்டது.

கே.சி.ராய் என்பவர்தான் முதன் முதலில் இந்திய பத்திரிகைகளுக்கான உலகச் செய்திகளை வழங்கும் நிறுவனத்தைத் துவக்கினார். அப்போது பயணியர் (Pioneer) என்ற ஆங்கில நாளேடு புகழ் பெற்றிருந்ததோடிராமல், ஆங்கிலேயர் ஆட்சியின் செல்வாக்கோடும், செழித்திருந்தது.

'பயணியர்' இதழின் ஆட்சிச் செல்வாக்கைப் பெற்ற ஹென்ஸ்மேன் (Hensman) என்பவரோடு கே.சி.ராய் சேர்ந்து கொண்டு, தொழில் போட்டியைத் துவக்கினார். அதற்குத் துணையாக ஸ்டேட்ஸ்மேன்'(States man) 'இங்லீஷ்மேன்' (English man), இந்தியன் டெய்லி நியூஸ் (Indian Daily News) போன்ற பத்திரிகையாளர்களைப் பங்குதாரராகச் சேர்த்துக் கொண்டு 'இந்தியாவின் அசோசியேட்டட்' (Associated Press of india) என்ற செய்தி நிறுவனத்தைப் பம்பாய் நகரில் துவக்கினார்.

கே.சி.ராய் அந்த நிறுவனத்தின் மேலாண்மை இயக்குநராகச் செயற்பட விரும்பியதை, அவரது கூட்டாளிப் பத்திரிகைகள் விரும்பவில்லை. அதனால் அந்த நிறுவனத்தை விட்டு விலகினார். ‘பிரஸ் பீரோ’ (Press Bureau) என்ற அமைப்பை உருவாக்கினார்.

சென்னை, மும்பை, கொல்கொத்தா போன்ற பெரு நகரங்களில் ராய் பிரஸ் பீரோ கிளைகளைத் துவக்கினார். இந்திய இதழ்கள் ஒவ்வொன்றும் மாதந்தோறும் 350 ரூபாயைச் செய்திக் கட்டணமாகச் செலுத்தின.

திடீரென்று ராய்க்குப் பணத் தேவைகள் அதிகமாயின. அவரால் அந்த நிறுவனத்தை நடத்த முடியாததால், இந்தியாவிலே புதிய கிளைச் செய்தி நிறுவனத்தை அப்போது துவக்கி இருந்த இராய்ட்டர் செய்தி நிறுவனத்தோடு அதைச் சேர்த்து விட்டார்.

அதற்குப் பிறகு ராய் இந்தியன் நியூஸ் ஏஜென்சி (Indian News Agency) என்ற நிறுவனத்தைத் துவக்கி 1947ஆம் ஆண்டு வரை நடத்தி வந்தார்.

அகில இந்தியத் தேசிய இயக்கம் பலம் பெற்று ஆங்கிலேயர் ஆட்சியை எதிர்த்துப் பல போராட்டங்களை காந்தியடிகள் நடத்தி வந்த காலத்தில், சதானந்தர் என்பவர் ‘ஃபிரி பிரஸ் இந்தியா நியூஸ் ஏஜென்சி’ (The Free Press of India News Agency) என்ற ஓர் உலகச் செய்தி நிறுவன அமைப்பை, மற்ற சில பத்திரிகையாளர்களோடு இணைந்து நடத்தினார். ஆங்கிலேயர் ஆட்சியின் கெடுபிடிகளால் அவருக்கு நிதி நெருக்கடி நிலை உண்டானது.

ஓர் இந்தியர் நடத்தும் செய்தி நிறுவனம் என்பதால், யார்யார் இந்திய நிறுவனத்திடம் செய்திகளைப் பெற்றுப் பத்திரிகைகளில் வெளியிட்டார்களோ, அந்தப் பத்திரிகையாளர்களைச் சட்டமெனும் இரும்புக் கரத்தால் அடக்கி ஆங்கிலேயர் ஆட்சி அபராதங்களை விதிக்கச் செய்தது.

இதனை எதிர்த்த இந்தியர் சதானந்தர், 'ஃப்ரிபிரஸ் ஜெர்னல்' (Free Press Journal) என்ற பத்திரிகையை துவக்கி நடத்தினார். இருந்தாலும், ஆட்சியின் முன்பு சங்கீதமா? என்ற கருத்தின்படி சதானந்தரால் சமாளிக்க முடியாமல் பத்திரிகையை நிறுத்தி விட்டார்.

'ஃப்ரி பிரஸ் ஜெர்னலில் பணியாற்றிய பி. சென்குப்தா, (Sengupta) என்பவர், இந்திய யுனைடெட் பிரஸ் என்ற செய்தி நிறுவனத்தை உருவாக்கி, அதனின் நிர்வாக இயக்குநராகப் பணியாற்றினார். அந்த நிறுவனத் தலைவர் டாக்டர் பி.சி. ராய் என்பவராவார். 1948ஆம் ஆண்டுக்குப் பிறகு இது வளர்ச்சி பெற்று வந்தது.

தற்போது இந்தியாவில் டெலி பிரிண்டர் வசதிகளுடன் நான்கு பெரிய செய்தி நிறுவனங்கள் உள்ளன. அவை : இந்தியாவின் பிரஸ் டிரஸ்ட் (Press Trust of India), இந்தியாவின் யுனைடெட் நியூஸ் (United News of India) அதாவது UNI, இந்துஸ்தான் சமாச்சார் (Hindustan Samachar) சமாச்சார் பாரதி (Samachar Bharathi) என்பவைகளே அவை.

இந்தச் செய்தி நிறுவனங்கள் எல்லாம் இந்தியாவின் மாநிலங்களிலே இருந்து வெளிவரும் இந்தி, மராத்தி, நேபாளி, குஜராத்தி, ஓரியா, கன்னடா, பஞ்சாபி, உருது, தெலுங்கு, தமிழ், மலையாளம், வங்காளம் ஆகிய இந்திய மொழிப் பத்திரிகைகளுக்குரிய, எல்லாச் செய்திகளையும் வழங்கி வருகின்றன.

இந்துஸ்தான் சமாச்சார், சமாச்சார் பாரதி, இந்தியாவின் யுனைடெட் நியூஸ் ஆகிய மூன்றின் செய்தி நிறுவனங்களின் தலைமை அலுவலகங்களும் இந்தியாவின் தலைநகரமான புது தில்லியிலே இயங்கி வருகின்றன. Press Trust of India என்ற செய்தி நிறுவனத்தின் தலைமை அலுவலகம் மும்பை நகரிலே அமைந்து இயங்கி வருகின்றது.

சமாச்சார்

இந்திரா காந்தி அம்மையார் இந்தியாவின் பிரதமராக இருந்த காலத்தில் நெருக்கடி நிலையை 1976ஆம் ஆண்டின்

போது நாட்டில் அமல்படுத்தினார் அல்லவா? அப்போது இந்திய அரசு மேற்கண்ட நான்கு செய்தி நிறுவனங்களையும் ஒன்றிணைத்து ‘சமாச்சர்’ (Samachar) என்ற செய்தி நிறுவன அமைப்பை உருவாக்கிச் செய்திகளை, சென்சார் செய்து வெளியிட்டது. இதற்கு மத்திய அரசு 50 லட்சம் ரூபாயை மானியமாகக் கொடுத்தது.

மத்திய ஆட்சியில் 1977ஆம் ஆண்டில் மீண்டும் ஒரு புதிய மாற்றம் உருவானது. 14.4.1978ஆம் ஆண்டில் மறுபடியும் இணைந்த பழைய நிறுவனங்கள் நான்கும் பிரிந்து அதனதன் சுதந்திர உரிமைகளோடு இயங்கின என்பது குறிப்பிடத்தக்க சம்பவமாகும்.

○○○

40. கிரைம் செய்திகள் நல்லதா? கெட்டதா?

குற்றச்சாட்டுகளின் நிகழ்ச்சிகளை மனிதன் படிக்க ஆர்வம் காட்டுவது என்பது என்னமோ உண்மைதான். என்றாலும் அவற்றை சில பத்திரிகைகள் பணம் பண்ணுகின்ற செய்திகளாகவே பெரிதுபடுத்தி வெளியிடுகின்றன.

ஐம்பது ஆண்டுகளுக்கு முன்பு நடைபெற்ற இலட்சுமி காந்தன் என்பவர் ஒரு பத்திரிகை ஆசிரியர். ‘இந்துநேசன்’ என்ற பத்திரிகையை நடத்தியவரும் ஆசிரியரும் அவரே! அவரைக் கொலை செய்யும் சதி வழக்கில் சினிமா நடிகர்களும் சம்பந்தப்பட்டார்கள் என்பது வழக்கு!

அதனைப் போலவே, ஆளவந்தார் என்ற ஒரு பேனாக் கடைக்காரர் கொலை வழக்கு. அந்த வழக்கும் அக்காலத்தில் பிரபலமாக நடைபெற்றது. அதையும் பத்திரிகைகள் தொடர்ந்து விவரமாக வெளியிட்டன. அந்த வழக்கு விவரங்களையும் மக்கள் தொடர்ந்து ஆர்வத்தோடு விரும்பிப் படித்தார்கள்! பத்திரிகைகளும் பரப்பரப்பாக விற்றன.

இப்போது காவல் துறையினரால் சீரழிக்கப்பட்டதாக ஜெயலட்சுமி என்ற ஒரு பெண்ணின் வழக்கு விவரங்களையும் பத்திரிகைகள் பரப்பரப்புடன் வெளியிட்டன.

மேற்கண்ட வகையானக் குற்றச் செய்திகளைப் பத்திரிகைகள் வெளியிடுகின்றன. இதை மக்களும் விரும்பி ஆர்வமாகப் படிக்கின்றார்கள். இவ்வாறு Crime News-களை வெளியிடுவது நாட்டுக்குச் செய்யும் தொண்டுகள் தானா என்று சில நடுநிலையாளர்களும் சிந்திக்கிறார்கள்?

பொது மக்களில் வேறுசிலர் குற்றச் செய்திகளை வெளியிடுவது சமுதாயச் சேவை அல்ல.

குற்றச் செய்திகளை வெளியிடுவது பத்திரிகை தருமத்திற்கு விரோதமானது; அந்தச் செய்திகளைப் படிக்கும் மக்கள் சமுதாயத்திற்கு அவை ஊறு விளைவிப்பன என்றும் சிந்திக்கிறார்கள். எனவே, குற்றச் செய்திகளைப் பத்திரிகைகளில் வெளியிடுவதைப் பற்றி இரண்டு விதமான கருத்துக்கள் மக்களிடையே நிலவுகின்றன.

நாட்டில் நடைபெறும் எந்தவிதமான சம்பவங்களையும் கற்பனை கலவாமல், உண்மையை உண்மையாக வெளியிடுவது பத்திரிகைகள் கடமை. அவ்வாறு வெளியிடாமல் மறைத்து விட்டால் நாட்டில் நடக்கும் நன்மை தீமைகள் பற்றிய விவரங்கள் மக்களுக்குத் தெரியாமல் போய்விடும். அது சமுதாய அநீதியுமாகும் என்பர் பலர்!

பத்திரிகைகளின் தர்மத்திற்குப் பங்கம் நேராமல், இதழ்களின் மரியாதைக்கு நேர்மைக் குறைவு ஏற்படாமல், சமுதாயத்தில் மேலும் குற்றங்கள் மேம்படாமல், காவல் துறை குற்றக் கண்டுபிடிப்புக்கு உதவும் வகையில் குற்றங்களைத் தொடர்ந்து செய்ய மக்களைத் தூண்டாமல், எச்சரிக்கையோடு அவர்கள் வாழும் வகையில், பத்திரிகைகள் பொறுப்புணர்ச்சியோடும், கண்ணியத்தோடும், குற்றச் செய்திகளைத் தரத்தோடும் மனசாட்சிப் பண்புகளோடு வெளியிட்டு வரும் அவற்றின் தொண்டு மனப்பான்மைகளின் தன்மைகளையும் மக்கள் பாராட்டுகிறார்கள்.

அதற்கான எடுத்துக்காட்டுகள்தான் 'இந்துநேசன்' பத்திரிகை ஆசிரியர் கிரைம் வழக்கும், ஆளவந்தார் கொலை வழக்கும், ஜெயலட்சுமி என்ற பெண்ணின் போலீஸ் கிரைம் புகார் வழக்கும், காஞ்சி மடாதிபதிகளான இரண்டு சங்கராசாரியார்கள் வழக்குகளின் குற்றப் புகார்களையும் பத்திரிகைகள் வெளியிட்டு வரும் சம்பவங்களாகும்.

எனவே, பத்திரிகைகள் எல்லாம் தங்களுக்கு உருவாகும் ஆபத்து உணர்வுகளைக் கருதாமல், சட்டம், பண்பாடு, அறம், மரபு, சமுதாயப் பொறுப்புணர்ச்சிகளோடு குற்றப் புகார்கள் செய்திகளை வெளியிடும் உண்மைச் செய்திகள் தான் என்றால், அவை மக்களால் பாராட்டப்படும் செய்திகளே! மிகையன்று!

○○○

41. அரசு செய்திகள்

செய்தி திரட்டும் பணியாளர் தமது பத்திரிகைக்கு எவ்வாறு செய்திகளைச் சேகரிக்கலாம்; திரட்டிய செய்திகளை எப்படியெப்படி அதன் முக்கியத்திற்குரியவாறு எழுதலாம் என்பதைப் இப்பகுதியில் புரிந்து கொள்ளலாம்.

மாநில அரசுச் செய்தி வகைகள்

நமது நாடு மக்களாட்சி நாடு. அதற்கேற்ற வகையில், அரசுத் துறைகள், மாநகராட்சி அலுவல்கள், பேரூராட்சி பணிகள், ஊராட்சி ஒன்றிய அமைப்புப் பிரிவுகள், சிற்றூராட்சி அதாவது ஊராட்சி மன்ற வேலைகள் இயங்கிக் கொண்டிருக்கின்றன.

மக்களால் தேர்ந்தெடுக்கப்பட்ட மன்ற உறுப்பினர்கள் அந்தந்த ஆட்சித் துறைகளுக்கு ஏற்றவாறு இயங்குகிறார்கள்.

இந்த மன்றங்களின் கொள்கைகள் நடவடிக்கைகள், செயல் திட்டங்கள், பொது மக்களது வாழ்க்கை முறைகளை மேம்படுத்தவே பணியாற்றுகின்றன.

அரசு அதிகாரிகளும் அந்த ஆட்சி மன்றங்களின் பணிகளை இயக்குபவர்களாக இருக்கிறார்கள். அவர்கள் அந்தந்த ஆட்சி மன்ற நடவடிக்கைகளைப் பொது மக்கள் பயன்பெறும் வகையில் மன்ற உறுப்பினர்களது சட்டச் சிந்தைகளுக்குகந்தவாறு செயல்படுகின்றார்கள். அதனால், அந்த மன்றங்களின் செயற்பாடுகளைத் திரட்டிப் பத்திரிகைகளில் வெளியிட்டு மக்களுக்குத் தெரிவிக்கும் பொறுப்பு செய்தியாளர்களுக்கு உண்டு! அது இதழ்களின் கடமை!

மாநில அரசுச் செய்தியாளர்களுக்கு அரசின் மைய இடம் அலுவலகத்தில் ஒரு தனி அறை, தொலைபேசி வசதிகளுடன் அமைந்துள்ளது. அங்கு எல்லாப் பத்திரிகைச் செய்தியாளர்களும் கூடுவார்கள். அரசுப் பிரிவைச் சார்ந்த செய்திகளை நிருபர்கள் அங்கே பெறலாம். அறிவிக்கை மூலமும், தொலைபேசிகள் வாயிலாகவும் செய்திகளை அங்குத் திரட்டலாம்.

அதன் பின்னர் செய்தியாளர்கள், அமைச்சர்களது அறைக்குச் செல்வார்கள். அங்குள்ள சம்பந்தப்பட்ட அதிகாரிகளோடும் தொடர்பு கொண்டு செய்திகளைத் திரட்டுவார்கள்.

மக்கள் தகவல் தொடர்புத் துறை இயக்குநர் அறைக்குச் சென்றால், அங்கே அரசு சம்பந்தப்பட்ட முக்கியச் செய்திகளை வழங்குவார்கள். அமைச்சகங்களின் செய்திக் கூட்டங்கள், அரசுச் செயலாளர்கள், துறைத் தலைவர்கள் வழங்கும் பேட்டிகள், அரசு நடத்தும் இதழ்கள், அரசுக்குச் செல்லும் தூதுக் குழுக்களின் செய்திக் கசிவுகள் (Leakage) ஆகியவற்றின் மூலமும் மாநில அரசுச் செய்திகளைத் திரட்டலாம்.

மத்திய அரசுச் செய்திகள்

மாநில அரசுத் துறைகளைப் போலல்லாமல், மத்திய அரசின் ஒவ்வொரு அமைச்சர் அறைக்கும் தனித்தனியாகச் செய்தியாளர்கள் சென்று செய்திகளைச் சேகரிக்கும் முறையும் உள்ளது. அரசின் மக்கள் தொடர்புத் துறை அரசுக்குரிய செய்திகளை வழங்குகின்றது.

அமைச்சகங்கள் பத்திரிகைகளுக்குச் செய்திகளை அளிக்கும் நிலை ஏற்பட்டால், செய்தியாளர்களைத் தங்களது அறைக்குள் அழைத்து, அமைச்சர் முன்னிலையில் செய்திகளை வழங்கும் வழக்கம் உள்ளது.

அதுபோலவே, பிரதமர் அலுவலகமும், குடியரசுத் தலைவர், குடியரசுத் துணைத் தலைவர் அலுவலகங்களும் அடிக்கடிச் செய்தியாளர்கள் கூட்டத்தை நடத்திச் செய்திகளை அறிவிப்பார்கள்.

அந்தச் செய்திகளைப் பெற்றுக் கொண்ட அல்லது தொலைபேசி மூலம் அறிந்து கொண்ட செய்தியாளர்கள், நேராகத் தங்களுக்கென உள்ள செய்தியாளர்கள் அறைக்கு வந்து தொலைபேசி மூலம் அவரவர் பத்திரிகை அலுவலகங்களுக்கு அன்றையப் புதிய செய்திகளை அறிவிப்பார்கள்.

அரசு செய்திகளைப் பெற்றிட மூன்று வழிகள்

தங்கள் ஆட்சி சம்பந்தப்பட்ட செய்திகளை அரசு மூன்று வழிகளில் செய்தியாளர்களுக்குத் தெரிவிக்கின்றன.

1. பத்திரிகை கடிதம் (Press Communique) : கடிதம் மூலமாகச் செய்தியை அறிவிப்பது ஒரு முறை. இது மிகவும் பொறுப்பான அறிவிப்பு முறை. அரசு சம்பந்தப்பட்ட முக்கியமான கொள்கைத் தீர்மானங்களை மட்டுமே இந்த முறை மூலம் அறிவிக்கப்படும்.

2. இரண்டாவது முறை : பத்திரிகைக் குறிப்பு முறை. அதாவது Press Note, அரசுத் தீர்மானங்கள், அரசு குறித்து சில விவகாரங்கள் பற்றிய அரசின் நிலைகளை இந்த முறை மூலம் அரசு விளக்குகின்றது.

3. பத்திரிகை வெளியீடு : அதாவது Press Release மூலமாகத் தினந்தோறும் நடக்கும் நிர்வாகச் செயல்களையும், நடவடிக்கைகளையும் அரசு அறிவிப்பது மூன்றாவது முறை. நாள்தோறும் பத்திரிகைகளுக்குரிய வெளியீடுகளைச் செய்தி தாள்களுக்கு அரசு வழங்குகின்றது.

மேற்கண்ட மூன்று முறைகளால், பத்திரிகைகட்குரிய செய்திகளை, செய்தியாளர்கள் மூலமாகக் கொடுப்பது அரசியல் சம்பந்தப்பட்ட வழக்கமாக இருந்து வருகின்றது.

○○○

42. நீதிமன்றச் செய்தியாளர்கள்

நீதிமன்றத்தில் செய்திப் பணியாளராக உள்ளவர்கள்,

- ❖ நீதிமன்ற அமைப்பு முறை
- ❖ சட்டத்தின் அடிப்படைகள்
- ❖ நீதிமன்ற சொற் பொருள்கள்

ஆகியவற்றைத் தெரிந்து வைத்திருக்க வேண்டும். சட்டப் படிப்புப் பட்டம் தேவையில்லை. ஆனால், சட்ட அறிவு இருப்பது நல்லது.

- ❖ நீதிமன்றச் செய்திகளைக் கவனமாக எழுதுதல்
- ❖ நீதிமன்ற அவமதிப்புக்கு ஆளாகாமல் இருப்பது (Contempt of the Court)
- ❖ வழக்குப் போக்கையோ அல்லது வழக்கோடு தொடர்பு கொண்டவர்களையோ, எவ்வகையிலும் பாதிக்காமல் செய்திகளை ஜாக்கிரதையாக எழுத வேண்டும்
- ❖ சட்டச் சொற்களை அப்படியே பயன்படுத்தக் கூடாது
- ❖ எல்லாரும் புரிந்து கொள்ளும் எளிய சொற்களால் நீதிமன்றச் செய்திகளை எழுத வேண்டும்.
- ❖ வழக்கைப் பற்றிச் செய்தியாளர் தனது கருத்துக்களைக் கூறக் கூடாது.
- ❖ வழக்கு நடந்த முறையை நடுநிலையோடு விளக்க வேண்டும்.
- ❖ படிக்கும் மக்கள் ஆர்வத்தைத் தூண்டும் நீதிமன்றக் காட்சிகளைச் சுவைபட எழுதுவது நல்லது.
- ❖ ஆனால், வெளியிடக் கூடாது என்று நீதிபதி கூறியதைச் செய்தியாக எழுதக் கூடாது

- வழக்கின் தீர்ப்பை முதலில் குறிப்பிட்டுவிட்டு, பிறகு விபரத்தை விளக்கலாம்.
- வழக்கு நடந்த விதத்தைத் தவறாக வெளியிட்டால் தண்டனை கிடைக்கும்.
- நீதிமன்ற வழக்கின் முடிவை யூகத்தோடு முன்கூட்டியே வெளியிடக் கூடாது. நீதிபதியைப் பற்றிக் கருத்தேதும் குறிப்பிட்டு எழுதக் கூடாது.
- கணவன் மனைவி விவாக ரத்து, கற்பழிப்பு, இரவு ராணிகள் விளையாடல்கள் மீது நடக்கும் வழக்குகள் சுவையாக இருக்கிறதென்று அப்படியே அவற்றைப் பத்திரிகையில் வெளியிடக் கூடாது. ஏன் தெரியுமா? சமுதாயத்தின் பண்பாடு கெடும், பத்திரிகை தர்மமும் அன்று. இவை போன்ற சமுதாய ஒழுக்கக் கேடுகளை வளர இடம் தரக் கூடாது. சட்டமும் இதைத் தடுக்கிறது; தண்டனை தருகிறது.

செய்தியாளர் தவறு செய்தால் சட்டமன்றமே நீதிமன்றமாகும்!

இந்தியாவின் ஒவ்வொரு மாநிலத்திலும் இரண்டு சட்டமன்றங்கள் உண்டு. ஒன்று சட்டப் பேரவை. அதை ஆங்கிலத்தில் Legislative Assembly என்பர். இது மக்களால் தேர்ந்தெடுக்கும் உறுப்பினர்களால் நடைபெறுவது. இதற்குச் சட்டப் பேரவை என்று பெயர்.

மற்றொன்று சட்டமன்ற மேலவை. இதன் உறுப்பினர்கள் சட்டமன்ற உறுப்பினர்களுடைய வாக்குகளால் (Votes) தேர்ந்தெடுக்கப்படுபவர்களாவர். இதனை Legislative Council என்று ஆங்கிலத்தில் கூறுவர்.

தமிழ்நாட்டில் எம்.ஜி.ஆர். ஆட்சிக்கு முன்பு வரை தொடர்ச்சியாகச் சட்டமன்ற மேலவை இருந்து வந்தது. எம்.ஜி.ஆர். தனது ஆட்சியில் மேலவையைக் கலைத்து விட்டார். இன்று வரை தமிழ்நாட்டில் சட்டமன்ற மேலவை மீண்டும் கொண்டு வரப்படவில்லை. அதனால், சட்டப் பேரவை மட்டுமே இயங்கி வருகின்றது. பீகார்,

மத்தியப் பிரதேசம், மகாராஷ்டிரம், கர்நாடகம், உத்திரப் பிரதேசம் ஆகிய மாநிலங்களில் இரண்டு பேரவைகளும் இயங்குகின்றன.

இதனைப் போலவே இந்தியாவை ஆட்சி செய்யும் தலைநகரமான புது தில்லியிலும் இரண்டு நாடாளுமன்ற அவைகள் இருக்கின்றன.

ஒன்றுக்கு மக்கள் பேரவை (Lok Sabha) என்றும், மற்றொன்றுக்கு மாநிலங்களவை (Rajya Sabha) என்றும் பெயர். மக்கள் பேரவை உறுப்பினர்கள் மாநிலங்கள்தோறும் தொகுதி மக்களால் தேர்ந்தெடுக்கப்படும் உறுப்பினர்கள் ஆவர். மக்களவை உறுப்பினருக்குரிய வாக்குகளால் (Votes) தேர்வு செய்யப்படுபவர்கள் மாநிலங்களவை உறுப்பினர்களாவர்.

நாடாளுமன்றங்கள் இரண்டிலும், அரசியல் சம்பந்தப்பட்ட விவகாரங்கள் என்ன நடைபெறுகிறது என்பதை மக்கள் தெரிந்துக் கொள்ள விரும்புவார்கள். அதனால், நாடாளுமன்றம், சட்ட மன்றங்கள் செய்திகளைச் செய்தியாளர்கள் சேகரித்து அவரவர் பத்திரிகைகளுக்கு அனுப்புவதுண்டு. அதை இதழ்கள் வெளியிடுவது அதனுடைய மக்கள் தொண்டுகளாகும்.

இந்திய அரசியலமைப்புச் சட்டம், மாநிலச் சட்டப்பேரவை, நாடாளுமன்ற மக்களவை உறுப்பினர்கள் மக்களால் தேர்ந்தெடுக்கும் முறைகளையும், எப்படி அமைச்சர் மத்தியிலும் மாநிலத்திலும் இயங்க வேண்டும் என்பதையும், நாடாளுமன்ற மக்களவைத் தலைவர், மாநிலங்களவைத் தலைவர் எவ்வாறு அவைகளை நடத்த வேண்டும் என்பதையும், பேரவைக் கூட்டங்கள் எப்படி இயங்க வேண்டும் என்பதையும், மன்ற உறுப்பினர்கள் இயங்கும் நிலைகளையும் விவரமாக விளக்குகின்றது. அந்த விளக்கங்களை எல்லாம் செய்தியாளர்கள் நன்றாக உணர்ந்திருக்க வேண்டும். அப்போதுதான் நாடாளுமன்ற, சட்டமன்றச் செய்திகளை எல்லாம் கவனக் குறைவு இல்லாமல், தவறு நேராமல் திரட்டிடச் சுலபமாக இருக்கும்.

○○○

43. சட்டப் பேரவை நடவடிக்கைகள்

சட்டப் பேரவைகள் நடவடிக்கைகள் நேரத்தை ஐந்து பகுதிகளாகப் பிரிக்கலாம். அவை : கேள்வி நேரம், ஜீரோ நேரம் (zero Hour), பல்வேறு வகைத் தீர்மானங்கள் நேரம், விவாதம், பதில் என்பவை ஆகும்.

சட்டமன்றமானாலும், நாடாளுமன்றமானாலும், கேள்வி நேரங்களில் செய்தியாளர்களின் கவனம் கூர்மையாக இருக்க வேண்டும். ஏனென்றால், உறுப்பினர்கள் கேட்கும் கேள்விகளிலும், அவற்றுக்கு அமைச்சர்கள் அளிக்கின்ற விடைகளிலும் பற்பல தகவல்கள் கிடைக்கக் கூடும். அதனால் செய்தியாளர்கள் மிக எச்சரிக்கையாக இருத்தல் அவசியமாகும்.

ஜீரோ நேரம் என்றால் என்ன என்று வாசகர்கள் சிந்திக்கக் கூடும். அரசியல் சட்டத்தில் ஜீரோ நேரம் என்று ஒரு நேரம் ஒதுக்கப்படவில்லை. ஆனால், நாடாளுமன்றம், சட்டமன்றங்களும் கேள்வி நேரங்களை முடித்துக் கொண்ட பின்பு, உறுப்பினர்கள் தங்களது எண்ணத்திலெழும் கருத்துக்களில் எதனைப் பற்றியாவது விவாதிக்க, விளக்கம் கேட்க வேண்டுகோள் விடுக்கலாம். அதனால், இந்த நேரத்தை மன்றங்கள் ஒரு பொது நேரமாக ஏற்றுக் கொள்ளும் மரபாகி விட்டது.

அந்தந்த அவைகளில் உறுப்பினர்கள் தீர்மானம் கொண்டு வந்து முன் மொழிவார்கள். அவற்றுள் கவன ஈர்ப்பு தீர்மானம் (Calling Attention), ஒத்திவைப்புத் தீர்மானம் (Adjournment Motion), நம்பிக்கை இல்லாத் தீர்மானம் (No-confidence Motion), கட்டுப்படுத்தும் தீர்மானம் (Censure Motion) போன்றவைகளும் உண்டு.

சட்டமன்ற உறுப்பினரோ, அமைச்சரோ கொண்டு வரும் பில்லுக்கு (Bill) மசோதா என்று பெயர். அதை முன்மொழிந்து விளக்குவது அவர்களது கடமைகளாகும்.

அவர்கள் கொண்டு வந்த தீர்மானங்களின் மசோதாக்கள் மீது விவாதங்களை உறுப்பினர்கள் நடத்துவார்கள். அந்த வாதங்களுக்குரிய பதிலை அமைச்சர்கள் கூறுவார்கள். தேவைப்பட்டால் வாக்கெடுப்பும் நடக்கும். இறுதியாக, தீர்மானங்கள் நிறைவேறி விடும்.

எல்லாவற்றையும், விட வரவுசெலவுத் திட்டங்களை அவையில் நிதியமைச்சர் வைப்பார். அதன்மீது உறுப்பினர்கள் விவாதங்கள் நடக்கும். இந்த நேரத்தில்தான் செய்தியாளர்கள் மிகக் கவனமாக இருக்க வேண்டும். ஏனென்றால், பல முக்கியமான பிரச்னைகள், அதாவது வரி விதிப்பு, வரி விலக்குகள் போன்ற பிரச்னைகள் எழும்.

நாடாளுமன்ற, சட்டமன்றச் செய்திகளைச் செய்தியாளர்கள் எழுதும்போது, என்ன நடந்தது, ஏன் நடந்தது, எப்படி நடந்தது என்ற முழு விவரங்களைக் கவனத்தில் கொண்டு சட்ட முறைகளையும், நடைமுறைகளையும் கூர்ந்து சிந்தித்து எழுத வேண்டும்.

அவைத் தலைவர் நீக்கிய செய்திகளை எல்லாம் செய்தியாளர்கள் சேர்த்து எழுதிக் கொண்டு, பத்திரிகையில் வெளியிட்டு விடக்கூடாது.

ஏனென்றால் சட்டப் பேரவையின் உரிமை மீறல் பிரச்னை வந்து விடும். அந்தப் பிரச்னைக்கு பேரவை அவமதிப்பு என்று பெயர்.

உரிமை மீறலுக்கு ஓர் எடுத்துக்காட்டு

1967ஆம் ஆண்டு சட்டமன்ற, நாடாளுமன்ற பொதுத் தேர்தல் தமிழ்நாட்டில் நடைபெற்றபோது, அறிஞர் அண்ணா அவர்கள் கூட்டணி அமைத்துப் போட்டியிட்டார்கள். எல்லாக் கட்சிகளும் அந்தக் கூட்டணியில் பங்கு பெற்று ஆளும் கட்சியை எதிர்த்துப் போட்டியிட்டன.

தமிழ்நாட்டின் சட்டப் பேரவைத் தொகுதிகளில் ஒன்று பெருந்துறை. அந்தத் தொகுதியில் சோசலிஸ்ட் கட்சியை சேர்ந்த பாலசுப்பிரமணியம் என்பவர், தி.மு.க. சின்னமான உதயசூரியன் சின்னத்தில் நின்று தேர்தலில் போட்டியிட்டார். அந்தத் தொகுதி சென்னிமலைத் தொகுதியா? பெருந்துறை தொகுதியா என்பது நினைவில் சரியாக இல்லை.

ஒரு கட்சி, வேறொரு கட்சி சின்னத்தில் போட்டியிடுமா என்று கேட்டு விடாதீர்கள். தமிழரசுக் கட்சி வைத்திருந்த சிலம்புச் செல்வர் ம.பொ. சிவஞானம், முஸ்லீம் லீக் கட்சி உறுப்பினர், நாம் தமிழர் கட்சி நடத்திய தினத்தந்தி சி.பா. ஆதித்தனார் போன்றவர்கள் தங்களுக்குத் தோல்வி ஏற்பட்டு விடக்கூடாதே என்பதற்காக, மக்கள் செல்வாக்கு பெற்ற உதயசூரியன் சின்னத்திலே 1967ஆம் ஆண்டில் சட்டப் பேரவைக்குப் போட்டியிட்டு வெற்றி பெற்றவர்கள் ஆவர்.

சில மாதங்களுக்குப் பிறகு, உதயசூரியனில் நின்று சட்டப் பேரவை உறுப்பினரானோமே என்பதை மறந்து, அண்ணா ஆட்சியைக் கடுமையாக விமர்சனம் செய்து சோசலிஸ்ட் கட்சிப் பொதுக் கூட்டம் ஒன்றில் பேசினார் அந்த சோசலிஸ்ட் கட்சி உறுப்பினர்.

இந்தப் புத்தகத்தின் ஆசிரியர் அப்போது “மாலைமணி” என்ற நாளேட்டில் துணை ஆசிரியராகப் பணியாற்றினார். ‘எரியீட்டி’ என்ற ஒரு கட்டுரைப் பகுதியிலே அவர் தொடர்ந்து கட்டுரைகள் எழுதி வந்த காலம் அது.

சோசலிஸ்ட் சட்டமன்ற உறுப்பினர் அந்தப் பொதுக் கூட்டத்தில் ஆளும் கட்சியைத் தாக்கிப் பேசிய கருத்தை எதிர்த்து, எரியீட்டிப் பகுதியில் கலைமணி ஒரு கட்டுரையை எழுதினார். அந்தக் கட்டுரைக்கு ‘உதயசூரியன் ஒளியில் மலம் கூட விளம்பரம் பெறுகிறது’ என்பதைத் தலைப்பாக வெளியிட்டு அந்தக் கட்டுரை ‘மாலை மணி’ நாளேட்டில் வெளியானது.

சட்டமன்ற பிரச்னையை விமர்சனம் செய்து வெளியான கட்டுரை அன்று அது. பொதுக்கூட்டத்தில் அவர் ஆளும் கட்சியை எதிர்த்துப் பேசிய சொற்பொழிவின் கருத்து.

உதயசூரியன் சின்னத்தில் நின்று அவர் தேர்தலில் வெற்றி பெற்றுவிட்டு, ஆளும் கட்சியை மனம் போனவாறு விமர்சனம் செய்வது நன்றியுடைய செயல்தானா? என்ற நோக்கில் எழுதப்பட்ட கட்டுரை அது.

அந்தப் பெருந்துறை சட்டமன்ற உறுப்பினர், தன்னைப் பற்றி எழுதிய 'எரியீட்டி' கட்டுரையை சட்டமன்றம் நடக்கும் கூட்டத்திற்குக் கொண்டு வந்து காட்டி, ஒரு சட்டமன்ற உறுப்பினர் தனது தொகுதி மக்களுக்குரிய பணிகளை ஆற்றவிடாமல் தடுக்கும் வடிவத்தில் இப்படி எழுதலாமா என்று கேட்டு, அதன் மீது உரிமை பிரச்னையை எழுப்பி, அக்கட்டுரையை உரிமை மீறல் குழுவின் விசாரணைக்கு அனுமதிக்கும்படி வாதிட்டார்.

சட்டப் பேரவைத் தலைவர் சி.பா. ஆதித்தனாரும், அப்போது உதயசூரியன் சின்னத்திலே நின்று வெற்றி பெற்றவர் என்பதால், அவரும் உரிமை மீறல் குழுவுக்கு அனுப்பிட அனுமதித்து விட்டார். அறிஞர் அண்ணா முதல் அமைச்சர் என்பதால் அவர் அவைத் தலைவர் கருத்துக்கு மறுப்புக் கூறாது மௌனமானார்.

ஒரு பத்திரிகைக் கட்டுரை அல்லது கருத்து, உரிமை மீறல் குழுவுக்கு அனுப்பப்பட்டால், அந்த உரிமை மீறல் பிரச்னை சட்டப்பேரவையின் உரிமை மீறல் குழுவால், சட்டமன்றம் மூன்று முறை இடைவெளி விட்டுவிட்டு மீண்டும் கூடும் கால வரம்புக்குள் அது விசாரிக்கப்பட வேண்டும் என்பது விதி என்று கூறப்பட்டது.

அதனால், அந்த உரிமை மீறல் பிரச்னை அந்த மூன்று முறை கால ஆயுளுக்குள் ஒவ்வொரு சட்டமன்றக் கூட்டம் முடிந்ததும், அந்தக் குழுவால் அந்தப் பிரச்னை Renewal செய்யப்படவேண்டும். அதாவது அந்தப் பிரச்னை புதுப்பிக்கப்படவேண்டும். அப்போதுதான் அது மீண்டும் விசாரணைக்குரிய ஆயுளைப் பெறும்.

ஆனால், அந்த உரிமை மீறல் பிரச்னையை, சட்டமன்றத் குழு மூன்றாவது முறையிலும் Renewal செய்யாமல்

விட்டு விட்டது. அதனால், அந்தக் கட்டுரையாளன், அந்தப் பத்திரிகை உரிமை மீறல் பிரச்னையிலே இருந்து காப்பாற்றப்பட்டு விட்டதாகக் கேள்வி. அதற்குக் காரணம் யாராக இருக்க முடியும்? முதல் அமைச்சர் கருணைதானே காரணமாக இருக்கும்? எப்படியோ என்னவோ காரணம். ஆனால் 'எரியீட்டி' கட்டுரையாளர் உரிமை மீறல் குற்றத்துக்கு ஆளாகாமல் தப்பித்தார்! அதுதானே முடிவின் முக்கியத்துவம்?

ஏன் இதை இங்கே குறிப்பிட்டேன் என்றால், பத்திரிகையாளன் உரிமை மீறலுக்கு ஆட்படாமல் சட்டமன்றச் செய்திகளை எழுத வேண்டும் என்பதைச் சுட்டிக் காட்டவே குறிப்பிட்டேன்.

இத்தனைக்கும் சட்டமன்றத்தில் நடந்த பிரச்னையைக் கூட அந்தக் கட்டுரை விமர்சனம் செய்யவில்லை. சட்டமன்ற உறுப்பினர் ஒரு பொதுக் கூட்டத்தில் ஆற்றிய உரை பற்றிய விமர்சனம் அது. அதுவும் அந்தப் பிரச்னை அவருடைய சொந்த எண்ணப் பிரச்னை. அதற்கே அவர் சட்டமன்றத்தில் வாதாடினார் என்றால், உரிமை மீறலைப் பெற்றுவிட்டார் என்றால், சட்டமன்றத்தில் நடைபெற்ற பிரச்னை என்றால் எவ்வளவு எச்சரிக்கையோடும் ஜாக்கிரதையோடும் எழுத வேண்டும் ஒரு செய்தியாளர் என்பதை, செய்தி சேகரிப்போர்களுக்கு உணர்த்தவே இந்தச் சம்பவத்தை இங்கே சான்று காட்டினேன், அவ்வளவுதான்.

எனவே, எச்சரிக்கையோடு, ஒரு செய்தியாளர் சட்டமன்ற விவகாரங்களை எழுதத் தவறிவிட்டால், சட்ட மன்றமே, நீதிமன்றமாக மாறி, தண்டனையும் வழங்கலாமல்லவா? எனவே எச்சரிக்கையோடு செய்தியை வெளியிடுவது நல்லது.

○○○

44. பொதுக் கூட்டத்தில் செய்தியாளர்

பத்திரிகைக்குரிய பலவகைச் செய்தி சேகரிப்பாளர்களில் பொதுக் கூட்டத்தில் செய்தி திரட்டுபவரும் ஒருவர். காரணம், இக் காலத்தில் அரசியல் கட்சிகள் ஒவ்வொன்றும் ஒவ்வொரு பேரூர்களிலும், மாவட்டத் தலைநகரங்களிலும், மாநிலத் தலைநகரத்திலும், ஏன் சிற்றூர்களிலும்கூட நாள்தோறும் தங்களுடையக் கட்சிக் குறிக்கோள்களை விளக்கிக் கூட்டங்கள் நடத்துகின்றன. பொது மக்கள் ஆயிரக்கணக்கிலும், இலட்சக்கணக்கிலும் கூடுகின்றார்கள். அவர்களுக்கு ஏற்ற கருத்துக்கள் அங்கங்கே பேசப்படுகின்றன.

ஒவ்வொரு நகரங்களிலும், பேரூர்களிலும் இலக்கிய வட்டத்துப் பேரறிவாளர்களை அழைத்து, அரசு விடுமுறை நாட்களிலும், விழாக் காலங்களிலும் இலக்கிய, தமிழார்வக் கூட்டங்கள், கவியரங்குகள் நடைபெறுகின்றன. அவற்றில், அறிஞர்களது பொழிவுரைகளில் சமுதாயத்திற்கும், இலக்கியத் துறைக்கும், ஏன், அரசியலுக்கும் பயன்படக்கூடிய கருத்துக்கள் உரையாற்றப்படுகின்றன. இந்தக் கூட்டங்களது சொற்பொழிவுகளைக் கேட்டுச் சுவைத்திட அறிஞர்கள், கல்விமான்கள், புகழ்பெற்ற எழுத்தாளர்கள், கவிஞர்கள் திரள்கின்றார்கள்.

சில திருக்கோவில் வளாகங்களில், புராண, இதிகாச, வேத, காலட்சேபங்களும், தேவார, திருவாசக, சைவ, வைணவ சமயச் சொற்பொழிவுகளும் நடைபெறுகின்றன. மேற்கண்ட

எல்லாக் கூட்டங்களுக்கும், பொது நிகழ்ச்சிகளுக்கும், ஆன்மிக விழாக்களுக்கும் செய்தியாளர்கள் அழைக்கப்படுகிறார்கள்.

ஏனென்றால், அவரவர் மேம்பாட்டுக்குரிய கருத்துக்கள், பொது மக்களுக்குரிய ஊர் வசதிக்கான தேவைகள் அனைத்தும் அங்குப் பேசப்படலாம் அல்லவா? அவை அரசுக்கும் பொது மக்களுக்கும் தெரிய வேண்டும் என்ற விருப்பத்தால் பத்திரிகைச் செய்தியாளர்களைத் தக்க மரியாதைகளுடன் கூட்டம் நடத்துவோர் அழைக்கின்றார்கள்.

அந்தக் கூட்டங்களுக்குச் செல்லும் செய்தியாளர், குறிப்பெடுக்கும் நோட்டுப் புத்தகம், சீவப்பட்ட கூர்மையான பென்சில்கள், மை நிரப்பப்பட்ட பேனாக்கள் அனைத்தையும் தவறாமல் கொண்டு சென்று, அவர்களுக்கென ஒதுக்கப் பட்டுள்ள கௌரவ இருக்கைகளில் அமர்ந்து, நடைபெறும் நிகழ்ச்சிகளை ஆரம்பம் முதல் முடியும் வரை யார், யார் என்னென்ன பேசுகிறார்கள் என்பதைக் கூர்ந்து கவனிக்க வேண்டும்.

இருவகைப் பேச்சாளர்கள்

பொதுவாக நிகழ்ச்சிக்கு வருவோர் அனைவருமே ஆற்றொழுக்காகப் பேசுபவர்கள் அல்லர்! சிலர் பேசுவதற்குக் குறிப்புடன் மட்டும் வந்து மேடையேறி அதற்கேற்றவாறு உரை முடிச்சுப் போட்டு அழகாகப் பேசுவார்கள். இது குறிப்புப் பேச்சாகும்.

வேறு சிலர், கூட்டத்திலே மேடையேறிப் பழகாததால், தங்களது பேச்சையே தயார் செய்து கொண்டு வந்து பேசி முடிப்பார்கள். இது தயாரிப்பு பேச்சு முறை.

சிறந்த பொழிவாளர்கள், மேடையேறியதும் மழை போல, தென்றல்போல, புயல் போல, பாடிப்பாடி, ஆடியாடி, கோடை இடி போல, ஏற்றப் பாட்டுகளைப் போல, பாட்டுக் கச்சேரிப் பாடகரின் ஆரோக, அவரோகண ஏற்றத் தாழ்வோசைகளோடு பேசுவார்கள். அதாவது, பேச்சு

மேடையேறியதும் என்ன நோக்கத்தில் அவர்கள் பேசிட கருத்துக்களை ஏந்தி வந்தார்களோ, அந்த எண்ணங்களை, உரைகளைப் பேசுவார்கள். இதற்கு Extemmpore Utterances என்று பெயர்.

சில அரசியல்வாதிகள் பேச்சுகள் உணர்வூட்டியும் தீப்பொறிப் பேச்சுக்களாக Dynamic அமையும். அதாவது, இயற்கையாற்றல் விளைவுகளை உருவாக்கும் பேச்சாக இருக்கும். சிலர் பேச்சுகள் Comedy எனும் கோமாளித்தனங்களைத் தோற்றுவிக்கும். தங்கு தடையின்றி முழுக் கருத்தையும் தென்றல் நடையில் தெரிவிக்கும் உரையாகவும் சிலரது உரைகள் இருக்கும். வேறு சிலர் பேச்சு Speak Volumes for அதாவது தேவைக்குரிய சான்றுகளை வழங்குவதாக அமையும். விரல்விட்டு எண்ணக்கூடிய சிலரது உரைகள் speak without book குறிப்பில்லாமல் நினைவினின்றே புரண்டோடி வரும் விவரங்களாக விளங்கும். சிலர் பேச்சுகள் Speak well for அதாவது பண்புகளைச் சுட்டிக் காட்டும் சூதுவாது சூழாத வெளிப்படை உரைகளாகவும் இருக்கும். மட்டு மதிப்புடன் கம்பீரமாக Speak One mind பேசுபவராகவும் சிலரிருப்பர். குறிப்பிட்டுக் கூறுவதற்கு ஒன்றுமில்லை என்று சொல்லக் கூடிய Nothing to speak of என்ற பேச்சாளராகவும் போரடிப்பார்கள் சிலர். பேச்சுத் தொடர்பே இல்லாமல் கேட்போர் முக முறிவுகளை உருவாக்கும் Roughly Speaker பேச்சைச் சிலர் பேசுவர். மற்றும் சிலர் குத்து மதிப்பாக Speaking Acquaintance பேசுபவராகவும் இருப்பார்கள்.

எனவே, மேடைகளிலே உரையாற்ற வருபவர்கள் பலவிதமான கருத்துடையவர்களாக இருப்பதால், அவர்களிடம் செய்திச் சேகரிக்கச் செல்பவர் 'இவர் இப்படி, அவர் அப்படி' என்று அடையாளம் காண முடியாதவராகவும் இருக்கலாம் இல்லையா?

அதனால், கூட்டங்களில் குறிப்பெடுக்கச் செல்லும் செய்தியாளர், சற்றுக் கவனமாக, விழிப்பாக, எச்சரிக்கையோடு கவனித்து எடுக்க வேண்டிய குறிப்பை மட்டும் எடுத்துக்

கொண்டு, சேர்க்க வேண்டியதை மட்டும் செய்தி வடிவில் சேர்த்துக் கொள்ளப் பழகிக் கொள்ள வேண்டும்.

கூட்டத்தில் திரண்டுள்ள மக்கள் அளவு எவ்வளவு பேர் இருப்பர்; கூட்டத்தின் பேச்சுக்களை மக்கள் எப்படிக் கேட்டார்கள் என்பதையும் கணக்கிடும் சிந்தனை உடையவரே கூட்டச் செய்தியாளர்.

சில தலைவர்கள் உரையாடும்போது, அவர்களது சொல் மாறாமல் அப்படியே எடுத்தாக வேண்டிய நிலை உண்டாகும். சிலர் பேச்சுக்களைக் குறிப்பெடுத்துக் கொண்டு தேவைக்கேற்ப அதைச் செய்தியாக எழுதத் தெரிந்து கொள்ள வேண்டும். எடுத்துக்காட்டுக்கு ஒரு சம்பவம் இதோ :

சென்னை சைதாப்பேட்டையில் நடைபெறும் அரசியல் கூட்டங்கள் அங்குள்ள கூவம் ஆற்றங்கரை ஓரத்தில், சலவையாளர் துறையில்தான் நடக்கும். நான் கூறுவது *1960*ஆம் ஆண்டுக் காலத்திற்கு முன்பு ஆகும்.

சிலம்புச் செல்வர் ம.பொ.சி. அவர்கள் முன் வாரம் பேசிச் சென்றதற்குப் பிறகு, அறிஞர் அண்ணா அவர்கள் அதே இடத்தில் மறுவாரம் உரையாடிக் கொண்டிருக்கும் நேரத்தில், கூட்டத்தில் ஒருவர் ஒரு சீட்டை அறிஞர் அண்ணாவிடம் சேர்ப்பித்தார். அறிஞர் அண்ணா அவர்கள் அதற்கு அந்தப் பொதுக்கூட்டத்தில் ஆற்றிய பதிலுரை இது :

“சிவஞானம் எனது நண்பர்! அவர் இந்திய விடுதலைப் போராட்டத்தில் ஈடுபட்டுச் சிறையிலே சிப்பி ஏந்தியவர்தான். அதை நான் மறுக்கவில்லை. பெருமையோடு அவரது தியாக உணர்வை மதிக்கிறேன்; பாராட்டுகிறேன்; போற்றுகிறேன். ஆனால், நான் ஜஸ்டிஸ் கட்சிக்காரன், தந்தை பெரியாருடன் பணியாற்றியவன் என்பதற்காக என்னை இந்தியா சுதந்தரம் பெற்ற விடுதலையை எதிர்த்த துரோகி என்கிறார். என்னை வெள்ளைக்காரன் பூட்ஸ் நக்கி என்கிறார். இது எந்த வகையிலே நியாயம்?

நான் வெள்ளைக்காரன் பூட்ஸ் நக்கிதான்; அதற்காக வெட்கப்படவில்லை. உண்மையைப் பெருமையோடு ஒப்புக் கொள்கிறேன். ஆனால், காலங்கடந்து இதைச் சிவஞானம் கூறுகிறார். தந்தை பெரியார் இந்தியா விடுதலை பெற்ற நாளைத் துக்க நாளாக அறிக்கை விட்டார். அவர் தலைமையை நான் ஏற்றிருந்தபோதே ஆகஸ்ட் 15ம் நாள், நமக்கும் விடுதலை நாள்தான் என்று தந்தை பெரியாரை எதிர்த்து அறிக்கை விட்டவன் நான். எனது கருத்தை உண்மையான காந்தி பக்தர், தென்னாட்டு காந்தி என்று காங்கிரஸ்காரர்களால் பாராட்டப்பட்ட ஓமந்தூர் இராமசாமி ரெட்டியார் போன்றவர்கள் பாராட்டினார்கள். அப்போது நினைத்திருக்க வேண்டாமா? அண்ணாதுரை ஒரு வெள்ளைக்காரன் பூட்ஸ் நக்கி என்று?.

'காண்டீபம், பேரிகை' பத்திரிகை நடத்தும் காங்கிரஸ் காரரான எஸ்.எஸ். மாரிசாமி, 'அமெரிக்கா' என்றொரு புத்தகம் எழுதி, அதற்கு அரசு பரிசளிப்பு விழா நடத்திட ஒரு குழு அமைக்கப்பட்டது.

அந்தக் குழுவின் தலைவர் பக்கா காங்கிரஸ்காரரான கல்வி அமைச்சர் டி.எஸ். அவிநாசிலிங்கம் செட்டியார். அவர் அமைத்த குழுவில் என்னையும் ஓர் உறுப்பினராக அவர் நியமித்தார். அப்போது சொக்கா காங்கிரஸ்காரர்கள் நினைத்திருக்க வேண்டாமா 'அண்ணாதுரை ஒரு வெள்ளைக்காரன் பூட்ஸ் நக்கி' என்று!

திராவிடர் கழகத்தைச் சேர்ந்த அண்ணாதுரையை, காங்கிரஸ்காரர் ஒருவர் எழுதிய புத்தகத்தை ஆய்வு செய்யும் குழுவில் உறுப்பினராகப் போடலாமா என்று சில காங்கிரஸ்காரர்கள் கல்வி அமைச்சர் அவினாசிலிங்கத்தை எதிர்த்துக் கேள்வி கேட்டார்கள்.

அவிநாசியார் அதற்குப் பதிலளித்தபோது, 'அண்ணாதுரை எந்தக் கட்சியிலே இருந்தாலும் அவர் அழகு தமிழ் பேச்சாளர்; அடுக்கு மொழி பேசும் தமிழர்; அழகான கட்டுரைகளை

சுவையோடு எழுதி மக்களால் விரும்பப்படும் எழுத்தாளர். அவர் எந்தக் கட்சியில் இருந்தாலும் தமிழில் மறுமலர்ச்சி சிந்தனையைப் புகுத்தியவர் என்பதால், எஸ்.எஸ். மாரிசாமி எழுதிய தமிழ்நடையை ஆராயும் குழுவில் அண்ணாதுரையை உறுப்பினராக நியமித்தேன்” என்றார்.

எந்தக் கட்சியிலே இருந்தாலும், அண்ணாதுரை ஒரு தமிழர் என்றாரே அவினாசிலிங்கம், அப்போது அவர் எண்ணியிருக்க வேண்டாமா ‘அண்ணாதுரை ஒரு வெள்ளைக்காரன் பூட்ஸ் நக்கி’ என்று?

காந்தியடிகளைக் கோட்சே சுட்டுக் கொன்றபோது, ‘எங்கே சென்னையில் இந்து முஸ்லீம் கலவரம் வந்துவிடுமோ’ என்று அச்சப்பட்ட காங்கிரஸ் ஆட்சியாளர்கள், என்னை அகில இந்திய வானொலியிலே அழைத்து அமைதி காக்கப் பேச வைத்தார்களே, அப்போது எண்ணியிருக்க வேண்டாமா ‘அண்ணாதுரை ஒரு வெள்ளைக்காரன் பூட்ஸ் நக்கி’ என்று?

இந்தியா விடுதலைப் பெற்றவுடன் முதல் மத்திய அமைச்சரவையிலே நிதி மந்திரியாக இருந்த ஆர்.கே. சண்முகம் செட்டியார் யார்? காங்கிரஸ் போராட்டங்களிலே கலந்து கொண்டு சிறை சென்று மீண்டு தியாகத் தழும்புகளைப் பெற்றவரா? ஜஸ்டிஸ் கட்சியோடு சம்பந்தப்பட்ட சர்.ஆர்.கே. எஸ். வெள்ளைக்காரன் பூட்ஸ் நக்கி அல்லவா?

இந்திய அரசியல் அமைப்புச் சட்டத்தை எழுதும் குழுவுக்கு தலைவர் யார்? காங்கிரஸ் கட்சியிலே வட மண்டலத் தலைவரா? தென் மண்டலத் தலைவரா? அவர்க்கும் காங்கிரசுக்கும் என்ன ஒட்டு உறவு?

இந்த அண்ணாதுரையாகிலும் வெள்ளைக்காரன் பூட்சை மட்டும் நக்கினான்! ஆனால், பூட்சையும், கழற்றிவிட்டு பாதங்களையே நக்கியவர்கள் யார்? காங்கிரஸ் தலைவர்கள் தான் என்பதைச் சிப்பியேந்திய சிவஞானம் மறந்து

விட்டாரா? அறிவுப் பஞ்சம் உங்களுக்கு வரும்போதெல்லாம் உதவுபவர்கள் சர்.ஏ.இராமசாமி முதலியாரைப் போன்ற ஜஸ்டிஸ் கட்சிக்காரர்கள் தான் என்பதை மறந்து விட்டாரா நண்பர் சிவஞானம்?

அண்ணா அவர்களது இந்தப் பேச்சை, அப்போதிருந்த பத்திரிகைச் செய்தியாளர்கள் எல்லாம் வந்திருந்து குறிப்பு எடுத்தார்கள். பொழுது விடிந்து எல்லா பத்திரிகைகளையும் புரட்டிப் பார்த்தால் ஓர் இதழிலும் அண்ணா அவர்கள் ஆற்றிய உரைச் சுருக்கம் அறவே ஒரு பாரா கூட வெளியிடப்படவில்லை.

என்ன காரணம் என்று அந்தப் பத்திரிகைச் செய்தியாளர்கள் அனைவரையும் விசாரித்தால், அந்தப் பேச்சுக்களை வெளியிட 'முரசொலி, தனியரசு, மாலை மணி, நம்நாடு போன்ற நாளேடுகள் இருக்கின்றனவே என்று பத்திரிகை உரிமையாளர்கள் கூறி விட்டார்கள் என்று அந்தந்த இதழ்களது செய்தியாளர்கள் கூறினார்கள்.

எனவே, அண்ணா அவர்களது அந்தப் பேச்சை 'முரசொலி', தனியரசு, மாலை மணி, நம்நாடு போன்ற கட்சி ஏடுகள் மட்டுமே அன்று வெளியிட்டனவே தவிர, பொது மக்கள் நலம் நாடும் எந்த ஏடுகளும் வெளியிடவில்லை. அந்தக் காலம் எப்படிப்பட்ட நேரம் தெரியுமா? **Hindu** போன்ற நாளேடுகள் எல்லாம் **Annadurai also spoken** என்று எழுதப்பட்டக் காலமாகும்.

பொதுக்கூட்டங்களுக்குச் செய்தி சேகரிக்கச் செல்கின்ற செய்தியாளர்கள், கூட்டங்கள் நடைபெறும் காரணங்களைச் சிந்தித்தும், பேசுபவர்கள் செய்திகளின் முக்கியத்துவத்தை உணர்ந்தும் செய்திகளைச் சேகரிக்க வேண்டும் என்பதை மேற்கண்ட அண்ணா பேச்சு உணர்த்துகின்றது அல்லவா? கட்சிப் பத்திரிகைச் செய்தியாளர்கள் அண்ணா பேச்சை எடுத்து வெளியிட்டார்கள். அதுதானே சரி!

அந்தப் பொதுக் கூட்டத்தில் அவர்கள் பேசிய பேச்சுக்களைச் செய்தியாளர்கள் சரியாகக் குறிப்பெடுக்காமல் விட்டுவிட்டார்கள். காரணம் என்ன என்று கேட்டதற்கு, அறிஞர் அண்ணா அவர்களது பேச்சில் எதை எழுதுவது, எதை விடுவது என்று ஏற்பட்ட குழப்ப மயக்கத்தால், பேச்சை சரியாக எடுக்க முடியாமல் போய் விட்டது என்று கூறினார்கள் !

எனவே, பொதுக் கூட்டத்திற்குச் செல்லும் செய்தியாளர்கள், புகழ் பெற்ற பேச்சாளர்களது பேச்சுப் போதையில் மயக்கமடைந்து விடக் கூடாது.

ooo

45. விளையாட்டுச் செய்தியாளருக்கான தகுதிகள்

பத்திரிகை வாசகர்கள் பெரிதும் விரும்பிப் படிக்கும் சுவையான செய்திகளில், காதல் மட்டும் முக்கியமானதன்று; வீர விளையாட்டுச் செய்திகளில் வெளியிடப்படும் நுட்பங்களும் ஆகும்.

அதனால்தான் பல்லாயிரக்கணக்கான ஆண்டுகளாக வாழ்ந்து வரும் தமிழ் மக்கள், வாழ்வியலை இரு கூறுகளாக்கி, அவற்றுள் ரத்தபாச உணர்வுகளை ஊட்டுவது அகம் என்றும், வீரம் விளைவிப்பது புறம் என்றும் கூறி வாழ்ந்து காட்டிப் புகழ் பெற்றார்கள். அதனால்தான் இந்தத் தமிழ் பண்பு வீரம் செறிந்த அறமறம் உடையதாக, மறஅறம் செறிந்ததாக மணந்து வருவதை இன்றும் நுகர்ந்து நாம் பெருமைப்படுகிறோம்.

பழந்தமிழர்கள் வீர விளையாட்டுகளில் சிலம்பாட்டம், கில்லியாட்டம், கொம்பாட்டம், மற்போர், விற்போர், வாட்போர், கரகாட்டம், பரி போர், கரி போர், சேவல் போர், காளைப் போர், ஆடுகள் போர், ஏறு தழுவல் போர், அரிமா அடக்கல் போர், சடுகுடு வீரப்போர், கழைக் கூத்துப் போர் என்று பல வீர விளையாட்டுகள் தமிழர்களால் போற்றி வளர்க்கப்பட்டு வந்தன.

அந்த வீர விளையாட்டுகளில் ஒன்று கில்லியாட்டம்! கில்லி அடிக்கப்பட்டதும் வீரர்கள் ஓடி ஓட்டத்தைக் கணக்கிட்டு, அதிக ஓட்டங்கள் பெற்றவனே கில்லியாட்ட மறவனெனப் போற்றப்படுவான்.

அந்தக் கில்லி ஆட்டம்தான் இன்று உலகப் புகழ் பெற்றுள்ள கிரிக்கெட் விளையாட்டு. அது தமிழ் மக்களின் வீர விளையாட்டுடமை என்றால் எவனாவது ஒப்புவானா?

இரண்டாயிரம் ஆண்டுகட்கு முன்பு தமிழர் இசைக் கருவிகளுள் ஒன்றாக இருந்த பதலை என்று தோலால் உருவான ஓர் இசைக் கருவியை, இன்று உலகம் தபலா என்று குறிப்பிடுவதைப் போல, கில்லி ஆட்டம்தான் கிரிக்கெட் ஆட்டம் என்றால் மட்டையைத் திருப்பி அடிப்பான் போலிருக்கிறது! அவ்வளவு கிரிக்கெட் வெறி இன்று பைத்திய வெறிபோல விளையாட்டு வரலாற்றில் புகழடைந்து விட்டது.

எனவே, பத்திரிகைகள் எல்லாம் இன்று அதிகப் பக்கங்களை ஒதுக்கி, படங்களையும் ஏராளமாக வெளியிட்டு, ஒவ்வொரு நாட்டிலும் கிரிக்கெட் என்ற விளையாட்டுத் துறையை விரிவுப்படுத்தி விட்டார்கள். அதனால் கிரிக்கெட் விளையாட்டு சர்வதேச விளையாட்டாக விளங்கி விட்டது. கேட்டால் விளையாட்டுக் கலை என்று அதற்கு இலக்கண, இலக்கியம் வகுக்கிறார்கள்.

Sport என்றால் அது சாதாரண விளையாட்டாக இருந்து, பின்பு, வீர விளையாட்டாகி, போட்டி விளையாட்டாக மாறி, உடற்பயிற்சி விளையாட்டாக விளங்கி, பந்தய விளையாட்டாகப் பரவி, வன்மை விளையாட்டாக பல்கி, மான ரோஷ விளையாட்டாக மாறி, இன்று விளம்பர விளையாட்டாக நின்று கொண்டிருக்கிறது. இந்த விளையாட்டு, எதிராளியிடம் பெருந் தன்மையுடைய நடத்தை (Sporting Conduct)யையும், Sporting offer எனும் எதிர் அணிக்கு வாய்ப்புப் பேறு வழங்கும் அக்கறையும் நாளுக்கு நாள் வளர்ந்து வருகிறது.

அதனால்தான் பத்திரிகைகள் விளையாட்டுத் துறைகளில் மக்களுக்குரிய ஆர்வத்தை அதிகப்படுத்தி வருகின்றன. ஒவ்வொரு பத்திரிகையும், விளையாட்டுச் செய்திகளை எழுதிட, விமர்சனம் செய்திட, விளக்கம் வழங்கிட சிறப்புச் செய்தியாளர்களை நியமித்துள்ளார்கள்.

எனவே, விளையாட்டு நுட்பங்களை, விரிவான, சுவையான, நுட்பமான விறுவிறுப்பான, பரபரப்பான மொழி நடையில் எழுதிட தனித்திறமை பெற்றவர்களாக விளையாட்டுச் செய்தியாளர்கள் விளங்குகிறார்கள்.

தனித் திறமையுடன் இவ்வாறாகப் பத்திரிகைகள் விளையாட்டுச் செய்திகளைத் தொடர்ந்து வெளியிடுவதால் அதற்கான வாசகர்களும் நாளுக்கு நாள் வளர்ந்து வருகிறார்கள்.

கிரிக்கெட் விளையாட்டுக்களை முன்பெல்லாம் வானொலிகள் வருணனைகளோடு வெளியிட்டன. இப்போது அந்தப் பணியைப் பத்திரிகைகள் மேற்கொண்டு விட்டன. இவற்றை எல்லாம் கேட்க, படிக்க வாசர்களுக்கு நேரம் போதாதக் குறையாகி விட்டது. அவ்வளவு Sportmanகளாக, விளையாட்டில் அக்கறை காட்டுபவர்களாக மாறி விட்டார்கள் வாசகர் என்றால் மிகையன்று.

விளையாட்டுச் செய்திகளைச் சேகரிப்பவர்கள், விளையாட்டுகள் சிலவற்றைப் பற்றிய முழு விவரங்கள், அதற்கான சட்ட திட்ட விதிகள், நுட்பங்கள், விளையாடும் அறிவுத் திறமைகள், அவற்றை வாசகர்களுக்கு விளக்கிக் கூறும் சுவை நுட்பங்கள் அனைத்திலும் தேர்ந்த திறமையாளராக இருக்க வேண்டும். இருந்தால், பத்திரிகை விற்பனை பல்கிப் பெருகிவிடும்.

விளையாட்டு வீரர்கள் யார்? அவர்களது விளையாட்டுத் திறன்கள் என்ன? திறன்களால் முன்பு பெற்ற வெற்றி விவர வரலாறுகள், பெற்றிட்ட விருது விவரங்கள், ஏன் பெற்றார்? எப்படிப் பெற்றார்? எங்கே பெற்றார்? எப்போது பெற்றார்? என்ற விருது நுட்ப நிகழ்வுகள் போன்றவற்றை எல்லாம் விளையாட்டுச் செய்தியாளர் தெரிந்துள்ளவரானால் அவருக்கும் புகழ் விளையும்.

விளையாட்டுப் போட்டி எந்த நாட்டில் நடந்தாலும் நடுநிலை உணர்வோடு விமர்சனம் அமைய வேண்டும். ஒரு பக்க சாய்வு மருந்துக்கும் இருக்கக் கூடாது. அது

கலவரங்களை உருவாக்கும். செய்தியாளர் பணிக்கும் எமனாகி விடும்.

விளையாட்டுத் துறைச் செய்தியாளர் ஆட்டத் திறனுடையவராகக்கூட இருக்கலாம். ஆனால், அவர் உணர்ச்சி வயப்பட்டுச் செய்திகளை விளக்குவது ஆபத்து; விளையாட்டுக்களை வருணனை செய்வதில் உணர்ச்சிகளைக் கொட்டலாம். அதுவும் விளையாட்டு விதி வரம்புக்குள்ளேயே வட்டமிட வேண்டும்.

எழுதுபவர்களை விட, விளையாட்டுச் செய்திகளைப் படிப்பவர்கள் மிகவும் புத்திசாலிகளாக இருப்பார்கள் என்பதை எழுதும் செய்தியாளர் மறந்து விடக்கூடாது. எனவே, எழுதப்படும் செய்திகள் ஆழமாகவும், அருமையாகவும், சுவையாகவும், இனிமை பயப்பதாகவும் இருக்க வேண்டும் என்பதைச் செய்தியாளர்கள் கவனத்தில் நிறுத்தல் வேண்டும்.

விளையாட்டுச் செய்திகளை எழுதும் செய்தியாளருக்கு பதினாறு வகை திறமைகள் இருக்க வேண்டும். இதைத் தமிழ்க் கல்வி அறிவில் கூறுவதானால், விளையாட்டுச் செய்தியாளர் சோடசாவதானியாக இருக்கப் பழகிக் கொள்வது நல்லது.

என்ன அந்த சோடசாவதானம் என்ற 16 வகைக் கலைகள் என்கிறீர்களா? இதோ அந்த கலைகள் விவரம் :

1. ஆடுகள வீரர்கள் யார்? யார்? அவர்கள் இதற்கு முன்பு எவ்வளவு வேறுபாட்டில் வெற்றி பெற்றார்கள்?
2. அந்த ஆடுகள வீரர் பெற்ற ஒவ்வொரு மதிப்பெண்ணையும் (Score) எவ்வாறு பெற்றார்?
3. என்ன நுட்ப விளையாட்டு முறைத்திறமையால் அதைப் பெற்றார் எனும் விவரம்!
4. பெற்ற வெற்றிகளின் திறமை உணர்வுகள்; செயல் நுட்பங்கள்.
5. ஏதாவது ஆட்ட விவகாரங்களில் குறைபாடுகள், சர்ச்சைகள் நடந்ததுண்டா? அவை எவ்வாறு தீர்க்கப்பட்டன?

6. என்ன குறைகளை அவரது ஆட்டத்தில் நிபுணர்கள் கண்டார்கள்? அல்லது பெற்ற பாராட்டுணர்வுகள் என்ன?
7. ஆட்டத்தில் ஈடுபட்டது முதல் அன்று வரை அவர் சாதித்த விளையாட்டுச் சாதனைகள் என்னென்ன?
8. அவர் ஆடிய ஆட்டங்களில் அவரால் நிரூபிக்கப்பட்ட அற்புத நுட்ப உணர்ச்சிகள்?
9. அந்த நுட்பத் திறமை மிக்க ஆட்டத்தால் உண்டான திருப்பு முனை வெற்றிகள்.
10. ஆட்டத்தின் இறுதி நேரத்தில் அவர் காட்டிய உணர்ச்சிக் கூறுகள்.
11. அதனால் திடீரென எதிரணிக்கோ அல்லது தனது அணிக்கோ ஏற்பட்ட சாதனைகள்!
12. ஆடுகளங்களில் ஏதாவது விபத்துகளில் சிக்கினவரா?
13. ஆட்டத்தில் திரண்டிருந்த ஆட்ட ரசிகர்கள் அளவு என்ன?
14. எந்த ஊர்களில் ஆடினாலும் அவர் ஆடிய களங்களின் அமைப்புநிலை.
15. ஆரம்பகால நிலை; அதனால் ஏற்படும் தட்பவெப்ப, சாதக, பாதக நிலைகளது விளைவுகள்.
16. ஆட்டத்தில் பணியாற்றும் நடுவர்கள் யார்? அவர்கள் தரம், தகுதிகள் என்ன? என்ற 16 வகைத் தகுதிகளையும், விளையாட்டுச் செய்திகளைச் சேகரிக்கும் நிருபர் பெற்றிருப்பாரேயானால், அவர் எழுதும் ஆட்ட விமர்சன விளக்கங்கள், புகழ் பெற்ற, பண்பட்ட, அனுபவ ஆட்டக்காரர் ஒருவர் விமர்சனம் எழுதும் திறமைக்கு ஈடாக விளங்கிப் புகழ் பெறுவார்! அவர் பணி புரியும் பத்திரிகையும் நல்ல பெருமை பெறும்; விற்பனையும் பெருகும் என்பது உறுதி.

○○○

46. பத்திரிகை ஆசிரியர்

பத்திரிகை ஒவ்வொன்றிலும், அது நாளேடானாலும் சரி. வார மாத ஏடுகளானாலும் சரி எல்லா வகை இதழ்களின் கடைசிப் பக்கத்தின் இறுதியில், வெளியீட்டாளர் பெயர், முகவரி, அச்சிடுபவர் பெயர், முகவரி, ஆசிரியர் பெயரையும் அச்சிட வேண்டும். இது பத்திரிகைப் பதிவுச் சட்ட விதியாகும்.

'ஒரு பத்திரிகைக்கு அதன் ஆசிரியர்தான் அச்சாணியாக இயங்குபவர். சட்டப்படியும், நடைமுறைக்கேற்பவும், பத்திரிகையில் வெளிவந்த கருத்துகளுக்கும் வராதவற்றுக்கும் பொறுப்பேற்க வேண்டியவர் அதன் ஆசிரியரே!

தவறான கருத்துக்கள் வெளி வந்தால், அதற்கும் ஆசிரியர் மீது தான் சம்பந்தப்பட்டவர்கள் வழக்குத் தொடர்வார்கள்.

அவமதிப்புச் செய்திகள் பத்திரிகையில் வெளிவருமானால், நீதிமன்றம், நாடாளுமன்றம், சட்டப் பேரவைகள் முன்பு நிற்கக் கூடியவரும் பத்திரிகை ஆசிரியரே!

பத்திரிகையில் செய்திகளை வெளியிட்டதற்காக, அல்லது வெளியிடாமைக்காக வாசகர்கள் கோபமுற்றால், ஆசிரியர் அமர்ந்துள்ள அறையைத்தான் முதலில் தாக்குவார்கள்; வசைப் பாடுவார்கள்' என்று **Rangaswami, Partha sarathy, Basic Journalism, Macmillan India Ltd., Delhi 1984'** என்ற நூலில் குறிப்பிடுகிறார். இது நூற்றுக்கு நூறு உண்மையான கருத்து.

ஒருவர் பத்திரிகை ஆசிரியராவதற்கு; அதற்கென தனிச் சட்டத் திட்டமோ, ஒழுங்குமுறைகளோ, அதற்கான

மனுபோடும் பணிகளோ, தேர்வு சம்பந்தபட்ட நிகழ்ச்சிகளோ ஒன்றுமில்லை.

பணம் இருந்தால், ஆசிரியராகும் ஆசை இருந்தால், சம்பந்தப்பட்ட பத்திரிகைத் துறையின் நீதி மன்றத்துக்கு விண்ணப்பம் செய்து, நீதிமன்ற அனுமதியைப் பெற்று விட்டால் எவரும் ஆசிரியராகலாம்.

ஒருவர் பத்திரிகை ஆசிரியராக வேண்டுமானால், அவ்வளவு சுலபமாக ஆக முடியாது. அதற்குப் பல்வேறு திறமைகள், அனுபவங்கள், தொழில் நுட்பங்கள், நூலறிவு பெற்றத் தனித் தன்மைச் சாதனைகள் எல்லாம் ஒருங்கிணைந்து இருந்தால்தான்; ஒரு சிறந்த பத்திரிகை ஆசிரியராக முடியும். ஏனென்றால், அந்த பத்திரிகையின் எழுச்சியும், வளர்ச்சியும், உணர்ச்சியும், புரட்சியும் வீழ்ச்சியும் அந்த ஆசிரியரையே சார்ந்திருக்கின்றது.

திருவள்ளுவர் பெருமான் கூறுவதைப் போல "தொட்டனைத் தூறும் மணற்கேணி மாந்தர்க்குக் கற்றணைத் தூறும் அறிவு" என்பதற்கேற்ப, எவ்வளவுக் கெவ்வளவு தோண்டுகின்றோமோ, அவ்வளவுக் கவ்வளவு மணற் கேணியில் நீர் சுரப்பதைப் போல, எவ்வளவுக்கெவ்வளவு கல்வி கற்கின்றோமோ, நூலறிவு பெறுகின்றோமோ, அவ்வளவுக் கவ்வளவு அறிவு சுரந்து பெருகும். அந்த அறிவுதான் பத்திரிகை நடத்துவதற்கு அச்சாணியாகும்; முதலீடாகும்; திறமையும் பெருகும்.

இதைத்தான் ஔவை பெருமாட்டி, "உற்ற கலை மடந்தை ஓதுகிறாள்" என்றாள். அதாவது கல்விக்குரிய தெய்வமே இன்றும் படித்துக் கொண்டே இருக்கின்றாள் என்கிறாள். அதனால், "யாதானும் நாடாமால், ஊராமல் என்னொருவன்; சார்ந்துணையுங் கல்லாதவாறு" என்று தமிழ் வேதத்தை நமக்குத் தந்த திருவள்ளுவரும், 'சாகும்வரை நீ படித்துக் கொண்டே இருந்தால்தான் என்ன? அப்போதுதானே எந்த நாடும், எந்த ஊரும் உனக்குச் சொந்த ஊராகும்? அதனால் பல நாட்டு மொழிகளையும் படி' என்று அறிவுரை கூறுகிறார்.

மூன்றாம் வகுப்போடு பள்ளிப் படிப்பை முடித்துக் கொண்ட கோவை. ஜி.டி. நாயுடு, 37 ஆயிரம் நூல்களைப் படித்ததால்தான், அவர் தொழிலியல் விஞ்ஞானியாக மாறி, பல புதிய விஞ்ஞானப் புரட்சிகளைச் செய்தார்.

மராட்டிய மண்ணில் மாவீரன் சிவாஜி தோன்றிய பூமியில் பிறந்த மகாதேவ கோவிந்த ரானடே என்பவர் 'இந்து பிரகாஷ்' என்ற மராட்டிய மொழிப் பத்திரிகையையும், ஆங்கில மொழி பத்திரிகையையும் துவக்கினார். அந்தக் கல்வி மேதை, 34 ஆயிரம் சட்டப் புத்தகப் பக்கங்களைப் படித்தவர் என்று ஆங்கிலேயர் அரசு அவருக்கு நற்சான்றிதழ் வழங்கி அவரை மராட்டிய மாநில உயர் நீதிமன்ற நீதிபதியாகவும் நியமித்தது.

எனவே, **"Genious is one percent inspirations and ninety nine percent perspiration"** என்றார் மேதை எடிசன் என்ற விஞ் ஞானி. அதாவது பேரறிவுடைமை என்பது அகத்தூண்டுதல். அது ஒரு சதவிகிதம்தான்; வியர்வை சிந்துதல் 99 சதவிகிதம் இருக்க வேண்டும். அப்போதுதான் அவரவர் இலட்சியத்திலே ஒருவரால் வெற்றி பெற முடியும் என்றார்.

பத்திரிகை ஆசிரியனுக்கும் மேற்கண்ட தகுதிகள் அவசியம் இருக்க வேண்டும். பல்பொருள் கூட்டுக் குவியல்தான் பத்திரிகை. பல்பொருள் குழப்பத்தாள்களாக அது இருக்கக் கூடாது. தாறுமாறாக, அலங்கோலமாக நடந்தால் அது சமுதாயத்தைக் குழப்பக் களமாக்கி விடும்.

பத்திரிகை ஆசிரியனுக்குத் தேவை சிந்தனையில் நேர்மை, நடுநிலை வழுவாத, நியாயமான, ஒரு சார்பற்ற பண்புகளாகும்.

ஓர் ஆசிரியனுடைய எழுத்துக்கள் விரிந்து செல்லும் ஒளிக் கதிர்களை வீசுவதாக விளங்க வேண்டும். அவனுடைய எழுத்துக்களில் சமுதாயத்தை மேம்படுத்தும் கொள்கை உணர்ச்சி வேகம், சீறி எழும் செயல் துடிப்பு, எழுதும் எழுத்துக்களில் மெய்மை நடமாட்டங்கள், கற்பனை கலவாமைகள், என்ன எழுத வந்தாரோ அதன் மூலக்

கூறுகள், பண்புகள் உயிர்த் தோற்றம், வெளித்தோற்றமற்ற உள்ளார்ந்த தன்மை, எந்தச் சந்தேகமும், எவருக்கும், எப்போதும், தோன்றாமலிருக்குமாறு எழுத வேண்டும்.

அப்போது தான் அந்தப் பத்திரிகையை மக்கள் வாங்கிப் படிக்கும் ஆர்வம், வேட்கை, வெறியுணர்வு தோன்றும்.

பத்திரிகையில் வெளிவரும் கருத்துக்கள் ஒவ்வொன்றும் சொன்னதை எழுதுவதாக, எழுதும் வண்ணம் செல்வாக்குப் பெறுவதாக அமைந்தால்தான், அந்த ஏட்டுக்கு மக்களிடையே சொல்வாக்கும், செல்வாக்கும் அலைமோதி சிறந்த விற்பனையை அது அறுவடை செய்யும்.

ஆசிரியரால் எழுதப்படும் எந்தக் கருத்தும், சம்பவமும், நிகழ்ச்சிகளும், காரணமுடையதாக, வாதங்களை உருவாக்கும் காரணமாக, வாதச் சான்றுடையதாக, நம்பிக்கை நாணயச் சான்றுடைய செயல் விளக்க நோக்கமுடையதாக, அறிவாராய்ச்சிச் செறிவுக்கு முரணற்றதாக, யூக, வியூகங்களுக்கு வாதமிடும் இணக்கம் உடையதாக, உணர்ச்சிக் குன்றாமல் தொடர்ந்து படிக்கின்ற சொல்லாட்சி இன்பத்தை வழங்குவதாக, எழுதும் எழுத்துக்களில் இருத்தல் அவசியம்.

இத்தகைய எழுத்தாற்றலை நிறுவிடும் எழுதுகோலுக்கு நினைவாற்றல் சுரபியாக, சிந்தனையும் கூர்மை மனமும் அமைய வேண்டும். பழைய சம்பவங்களில் உள்ள சங்கிலித் தொடர்புச் சிந்தனைகள், கருத்து அமைதி, கருத்து நிலைப்பாடு, எந்தப் பிரச்னையானாலும் நிதானமாகச் சிந்தித்து முடிவெடுக்கும் ஆற்றல் ஓர் ஆசிரியனுக்கு இருந்தால்தான் பத்திரிகை முன்னேறும்.

ஆசிரியனாகப் பொறுப்பேற்பவனுக்கு குறைந்தது 50 ஆண்டுக் கால இலக்கிய, கலை, அரசியல், சமுதாய மறுமலர்ச்சி இயல் ஆகியவற்றில் போதிய பயிற்சியும், நினைத்த நேரத்தில் அதை எதிரொலிக்கும் சிந்தனை வளமும் இருக்க வேண்டும்.

ஒருவர் எழுதுகோல் ஏந்தும் முன்பே, மேற்கண்ட சாதனைகளை உடையவராக ஆசிரியர் இருப்பது பத்திரிகைப்

பெயருக்கு நல்லது. ஏனென்றால், அவை ஆதாரமாகவும் (Reference) அல்லது ஆசிரியருக்குப் புறவரணாகவும், களக்காப்பரணாகவும் திகழலாமில்லையா?

இந்த மேற்கோள் சான்று ஆதாரங்களில் பலவகை உண்டு. பார்வைக்குரிய புத்தகம் (Book of Reference) தேவை நோக்குக்கு ஏற்பக் குறிப்பும் (Cross Reference), மாட்டேற்றக் குறிப்பு (in Reference to) தொடர்பாகவும், சட்டமன்றம் சம்பந்தம் பற்றிய ஆதார உணர்வுகளும் (Legislation by Reference), நூலக மேற்கோள்களைக் குறிக்கும் திறமுடையவராகவும் (Library Reference), எழுதும் கட்டுரைகளில் (Reference Marks) உடுகுறி முதலிய சுட்டுக் குறியீடுகள் உணர்வாளராகவும் (Terms of Reference) ஆய்வுரிமை எல்லை பற்றிய வாசகங்கள் உடையவராகவும் (With reference to) எது எப்படி இருந்தாலும், எவ்வாறாக இருந்தாலும் என்ற வகையில் பல மேற்கோள்களை நிறுவும் சான்றாதாரங்கள் இருக்கும் ஒரு பத்திரிகை ஆசிரியன் மேற்கண்டவற்றை, பாடமாகப் பெற்றிருத்தல் மிகவும் சிறந்ததாகும்.

இந்த ஆதாரங்களை எங்கெங்கு தேவையோ, அங்கங்கே எல்லாம், கருத்துக்கள் முடியும்போது ஆசிரியரோ, செய்தி ஆசிரியரோ, துணை ஆசிரியரோ, எழுத்தாளர்களோ சுட்டிக் காட்டுவது அவசியம். ஏன் தெரியுமா? வாசகர்களது நினைவுக் குறிப்பை இவை வலிமைப்படுத்தும்; வளர்க்கும்; அவர்களது அறிவை வளமாக்கும்.

பத்திரிகையில் இதுவரை நாம் என்ன படித்தோம் என்ற கருத்துக்களைக் கண்ணாடியில் காட்டும் முகம் போல், படித்தக் கருத்துருவங்களை அக்குறிகள் எதிரொலித்துக் காட்டும். படிப்போர் அதனால் பயன் பெறுவர். படித்ததை மறுமுறையும் நினைத்துப் பார்ப்பர். ஆசிரியர்களிடம் அல்லது எழுத்தாளர்களிடம் படித்த பழைய எண்ணங்கள் பளிச்சென்று நிழலாடும்; நினைவுகளாக நிற்கும்.

ஆசிரியர் எழுதும் ஆதாரச் சான்றுகள், கண்டனம், ஏளனம், வசை, வரலாறு, இலக்கியம், அறிவியல், அரசியல், இழிபெயர் தருவது, புகழைக் குன்ற வைப்பது அல்லது

புகழை மலைச் சிகர ஒளியாக்குவது, உள் நினைவை உந்தி ஏழ வைப்பது, தனக்குள் நிகழ்ந்ததை தானே எண்ணியெண்ணி மகிழ்வது போன்ற குறிப்புக்களாகவும் அவை அமையலாம். அதனால் ஆசிரியர் அந்தந்த குறியீடுகளுக்குள் அவற்றை அடக்கிக் காட்டினால்தான், வாசகர்கள் அதைப் படித்து உணர்வும் உற்சாகமும் பெற்று உவகையுலா வருவார்கள். அந்த உலாவின் எதிரொலி, பத்திரிகை விற்பனைக்குப் பவனி வரும் பறை போல ஒலிக்கும்.

ஆசிரியரின் அந்த வீர உலா, ஈர உலா, உவகை உலா எழுத்துக்கள், அரசியல் குறைகளை நீக்கலாம்; ஊழல்களைப் போக்கும் சீராக்கமாகவும் இருக்கலாம். ஆன்மிகத் துறையில் புதுமைகள் புகலாம்; நாடாளுமன்ற, சட்டமன்ற காரசார நிகழ்வுகளுக்கு அமைதியூட்டும் நிழற்குடைகளாகலாம். எனவே, பத்திரிகை ஆசிரியரின் மேற்கண்ட பணிகள் நாட்டைச் சீர்திருத்தலாம்; வாசகர்கள் இடையே மனமாற்றங்கள்கூட நிகழலாமில்லையா?

பத்திரிகை ஆசிரியரின் இத்தகையக் கருத்துக்களை, எண்ண ஓட்டங்களை, சொல்லாட்சிகளைக் கவனமாகப் படிக்கும் வாசகர்கள், பத்திரிகையைத் தொடர்ந்து வாங்குவோராகவும் மாறலாம். அவர்கள் நிலையான சந்தாதாரர்களாகலாம்; அதனால், பத்திரிகை விற்பனையாளர்களுக்குப் பணமும் ஒழுங்காக வசூலாகும். வசூலானால் பத்திரிகை வளரும்; முன்னேறும்; தொழிலாளர்களுக்கு உற்சாகத்தோடு பணியாற்றிடும் புதுத்தெம்பும் பிறக்கும். அதனால் பத்திரிகைப் பெயரும் ஆசிரியரது எழுதுகோலின் தகுதியும், திறமையும், கட்சி சார்பற்ற புகழ் மெருகும் ஏறுமல்லவா?

“எந்த அளவைகள் அனைத்தும் ஒன்றை ஒன்று சார்ந்தே அல்லாமல், தனி நிலை இயல்புகள் உடையன அல்ல” என்ற அறிவியல் ஞானி ஐன்ஸ்டினுடைய ஆய்வுக் கொள்கை, எழுதுகோல் ஆற்றலுக்கும், அதன் சீர்த்திருத்த மக்கட் தொண்டுகளுக்கும், வாசகர் வட்டங்களுக்கும், ஒன்றுடன் ஒன்று சார்ந்து பொருந்துகிறதல்லவா?

எனவே, தனி நிலை இயல்புகள் உடையன அல்ல ஒரு பத்திரிகை வளர்ச்சிகள்! அலுவலக வேலைப் பையன் முதல் நிர்வாகப் பொறுப்பாளர் உட்பட்டவர்கள் வரை ஒன்றை ஒன்று சார்ந்தக் கூட்டுறவு நோக்கத்தின் ஊக்கப் பணிகளின் ஆக்க வடிவம் தானே பத்திரிகை வளர்ச்சி?

சிறந்த பத்திரிகை ஆசிரியர் என்பவர், அவருடன் பணியாற்றுபவர்களிடம் அன்பும், பண்பும் காட்டி; ஆர்வத்தோடு பணிபுரியும் உணர்ச்சியை ஊட்டும் (Nurse) தாயாகத் திகழ வேண்டும். குழந்தைகளைக் காப்பாற்றவும், கல்வி புகட்டவும், நியமிக்கப்பட்ட **Nursing governess** போல அலுவலகப் பணியாளர்களைப் பாதுகாத்தால், பத்திரிகை மனமாச்சர்யங்கள் அலுவலகம் உள்ளே முளைவிடாது.

ஆசிரியர் எனப்படுபவர் எந்த நேரத்தில் எந்தச் சிக்கல் வந்தாலும் அவற்றை ஏற்கும் வைர நெஞ்சினராய்த் திகழ வேண்டும்.

தனக்குச் சரி என்று உணரப்பட்டதை, தலையே துண்டித்து விழும் நிலை வந்தாலும், பண்டைய கிரேக்க வீரன் ஹெர்குலிஸ் (Hercules) அல்லது இரும்பு இதயமுடைய மாவீரன் நெப்போலியனைப் (Naopoleon) போல நெஞ்சுரம் பெற்றவராக இருக்க வேண்டும்.

பத்திரிகை ஆசிரியன் பொது மக்கள் தோழனாக நடமாட வேண்டும். அவர்கள் தேவைகளை உணர்ந்து, நிலைகளுக்கு ஏற்றவாறு அவரது எழுதுகோல் திறமைகள் அற்புதமாட வேண்டும்.

அரசியல் தலைவர்கள், சமுதாயச் சான்றோர்கள், கல்விமான்கள் தொடர்புகளோடு ஆசிரியர் ஒன்ற வேண்டும். அவர்களது மக்கட் தொண்டுக் கருத்துக்களை அலசி ஆய்ந்து நல்லனவற்றைப் பின்பற்றுவது அனுபவ மூட்டும் நலமாகச் சிறக்கும்.

அண்ணல் காந்தியடிகள் நடத்திய 'ஹரிஜன்' பத்திரிகை ஆங்கிலேயர்களைத் திணர வைத்தது அரசியல் செல்வாக்கோடு! அதனைப் போல, பத்திரிகை ஆசிரியர்

தன்மானியாக நடமாடி, தலைநிமிர்ந்து நின்று எழுதினால், எந்த எதிரியும் பகையாகா இரான்! பத்திரிகை நலம் நாடும் நல்லவர்கள் யாரும் கேடுபாடுடையவராக ஆகார்! அத்தகையவர்கள் நட்புகளை ஆசிரியர் சிதற விடக்கூடாது; எந்த ஆபத்து வந்தாலும் அவர்கள் உடுக்கை இழந்த கைகள் போல் உதவ முன் வரலாம் அல்லவா?

எனவே, செல்வாக்குப் பெற்றுவிட்ட பத்திரிகை ஆசிரியரிடம் பொறுப்புணர்ச்சி, நாட்டுப்பற்று, மொழிப் பற்று, பணியுமாம் என்றும் பெருமை என்ற உணர்வு, அனைவரையும் மதிக்கும் மாண்புடைமை இருந்து விட்டால், அந்தப் பத்திரிகை அழியாது; ஆசிரியரையும் மக்கள் மறவார் என்பது உறுதி.

○○○

47. கட்சிப் பத்திரிகைகள் - கவனிக்க

இந்தியா மக்களாட்சி நடைபெறும் மிகப் பெரிய நாடு. ஏறக்குறைய 110 கோடி மக்கள் மத நல்லிணக்கத்தோடு ஒன்றி வாழும் சுதந்திர நாடு. இந்த நாட்டின் ஒவ்வொரு ஆட்சி முறைத் திட்டங்களும் மக்களுக்கு, மக்களுக்காக, மக்களால் நடத்தப்படுபவைகளாகும்.

இந்த நாட்டில் பல கட்சிகள் இயங்குகின்றன. ஒவ்வொரு கட்சியும் அவற்றின் கொள்கைகளை, செயற்பாடுகளை, அவற்றால் நாடு மேம்பாடடைவதை தங்களது பத்திரிகைத் தொண்டுகளால் பொது மக்களுக்கு நாள்தோறும் விளக்கிக் கொண்டிருக்கின்றன. இந்தக் கட்சிகளில் ஆளும் கட்சி, எதிர்க் கட்சிகள் என்ற பிரிவுகள் இருக்கின்றன.

அகில இந்திய தேசியக் காங்கிரஸ் கட்சி இந்தியாவின் பெரிய கட்சி மட்டுமன்று; எல்லாக் கட்சிகளுக்கும் மூத்த கட்சி. முதன் முதலில் தோன்றிய கட்சி என்பதால் இந்தியாவின் எல்லா மாநிலங்களிலும், அகில இந்திய அளவில் நன்கு வளர்ச்சி பெற்றக் கட்சியாக அது விளங்குகின்றது. மற்ற அகில இந்திய சிறிய கட்சிகளும் இந்தியாவில் இயங்கிக் கொண்டிருக்கின்றன. அவை கம்யூனிஸ்ட் கட்சிகள், பாரதீய ஜனதா போன்ற வேறு சிலவாகும்.

ஒவ்வொரு மாநிலத்திலும் மாநிலக் கட்சிகள் இயங்கி வருகின்றன. அவை அந்தந்த மாநிலங்களின் முன்னேற்ற வளர்ச்சிக்காக அரசியல் துறையில் பணியாற்றி வருகின்றன.

தமிழ்நாட்டில் திராவிடர் இயக்கம், இன எழுச்சி உணர்வோடு ஏறக்குறைய 70 அல்லது 75 ஆண்டுகளாக இயங்கி வருகின்றது. அவற்றுள் மூத்த, மிகப் பெரிய கட்சி திராவிட முன்னேற்றக் கழகம், அண்ணா திராவிட முன்னேற்றக் கழகம், மறுமலர்ச்சி திராவிட முன்னேற்றக் கழகம், திராவிடர் கழகம் ஆகியவை. 'திராவிட' என்ற இன உணர்வுப் பெயரை முன்னிறுத்தி, அதன் பெயரால் இயங்குகின்றன. இவற்றுள் திராவிடர் கழகம் அரசியலில் ஈடுபடாத இன உயர்வுக்காகப் பணியாற்றி வரும் தாய் கழகம் ஆகும்.

இதற்கு அடுத்தபடியாக, ஐந்தாறு மாவட்டங்களில் மக்கள் செல்வாக்குப் பெற்ற கட்சி பட்டாளி மக்கள் கட்சி; சிற்சில மாவட்டங்களில் தலித் மக்களுக்காக பாடுபடும் கட்சிகளும் உள்ளன. அகில இந்திய அளவிலான கம்யூனிஸ்ட் கட்சிகள் சில மாவட்டப் பகுதிகளில் பலம் பெற்று இயங்குகின்றன. தேவரின மக்களுக்காக உழைக்கும் கட்சிகளும் உள்ளன. முஸ்லீம் லீக் கட்சி அகில இந்திய அளவில் வளர்ந்துள்ளதால் தமிழ்நாட்டிலும் முஸ்லிம் லீக் கட்சி ஏறக்குறைய 60 அல்லது 65 ஆண்டுகளாக நடைபெற்று வருகின்றது.

பாரதீய ஜனதா கட்சி என்ற ஓர் அகில இந்தியக் கட்சியை செல்வி ஜெயலலிதா தமிழ்நாட்டில் அறிமுகப்படுத்தி அரசியலில் செல்வாக்கை உருவாக்கிக் கொடுத்தார். இதுதான் அந்தக் கட்சியின் தமிழ்நாட்டு வரலாறு. பிறகு கலைஞர் அதற்கு பரவலான செல்வாக்கு வளரக் காரணமானார்.

அகில இந்திய தேசியக் காங்கிரஸ், தமிழ் நாட்டில் 1885ம் ஆண்டு முதலே வேரூன்றியக் கட்சி. அக்கட்சி வரலாறு தேசிய செல்வாக்குப் பெற்றது மட்டுமன்று. பெருந்தலைவர் காமராசர் அவர்கள் என்று காங்கிரஸ் கட்சியில் தனது காற்சுவடுகளைப் பதித்தாரோ அன்று முதல் அது மிகப் பெரும் அரசியல் செல்வாக்கோடு பலம் பெற்றிருந்தது. 1967க்கு பிறகு இன்று வரை தி.மு.க., அ.தி.மு.க., ம.தி.மு.க.வுக்கு அடுத்த

படியாக, வளர்ச்சியுடையக் கட்சியாக, தமிழ்நாட்டுச் சட்டப் பேரவையின் எதிர்கட்சி என்ற பலத்தோடு காங்கிரஸ், அரசியல் கட்சியாக நடமாடுகிறது.

பெருந்தலைவர் காமராசர் அவர்கள் செல்வாக்குறும் காலத்துக்கு முன்பு, 'நவசக்தி' என்ற தேசிய நாளேடுக்குத் தமிழ்த் தென்றல் திரு.வி.கலியான சுந்தரனாரை ஆசிரியராகக் கொண்ட கட்சிப் பத்திரிகையாக அது தொண்டாற்றியது. அதே 'நவசக்தி' பெருந்தலைவர் காலத்திலும் தனுஷ்கோடி என்ற காங்கிரஸ் தலைவரால் காங்கிரஸ் கட்சிக்காக 1975ம் ஆண்டு வரை நடைபெற்று வந்தது.

கம்யூனிஸ்ட் கட்சிக் கொள்கைகளைப் பரப்பிட 'ஜனசக்தி' என்ற நாளேடு உழைத்து வந்தது. இப்போது 'தீக்கதிர்' என்ற நாளேடு அந்தக் கட்சிக்காக அற்புதமாகப் பணியாற்றி வருகின்றது.

'முரசொலி', கலைஞரால் அவருடைய பள்ளிப் படிப்புக் காலத்திலேயே கையெழுத்து ஏடாகத் துவக்கப்பட்டு, ஏறக்குறைய 55 ஆண்டுகளாகத் தொடர்ந்து நடைபெற்று வரும் ஒரே ஒரு தி.மு.கழகக் கொள்கைகளின் ஒலியாக முரசுக் கொட்டி வருவதை இன்றும் நாம் கண்டு வருகிறோம். எம்.ஜி.ஆர். தமிழ்நாட்டு முதல் அமைச்சராக ஆவதற்கு முன்பு, 'அண்ணா' என்ற நாளேடு ஒன்றை அவரது அரசியல் வளர்ச்சிக்காகத் துவக்கப்பட்டு நடைபெற்று வந்ததை நாடறியும்.

'நமது எம்.ஜி.ஆர்' என்ற நாளேடு, செல்வி ஜெயலலிதா அவர்களால் நிறுவப்பட்டு, அதுவும் கால் நூற்றாண்டாக நடந்து வருகின்றது. அந்த தின ஏடு அண்ணா தி.மு.க.வுக்காக எம்.ஜி.ஆர். பெயரால் நடைபெற்று வரும் கட்சிப் பத்திரிகை ஆகும்.

தந்தை பெரியார் அவர்களால் உருவாக்கப்பட்ட 'விடுதலை' நாளேடு, திராவிடர் கழகக் கொள்கைகளைப் பரப்புவதற்காக ஏறக்குறைய எழுபது ஆண்டு காலமாக

நடைபெற்று வரும் ஒரே ஒரு திராவிடரியக்கக் கொள்கை இதழாகும்.

'சங்கொலி' மறுமலர்ச்சித் தி.மு.கழகத்திற்குரிய வார இதழாக, அதன் வளர்ச்சிக்குரிய 'சங்கொலி'யை வாரந்தோறும் போர்க்கள போர்க் காலச் சங்கு போல ஒலித்து திராவிடரியக்கத்தைத் தட்டி எழுப்பிக் கோட்டைக்குப் போகப் பாதை அமைத்து வருகின்றது. இந்தக் கழகத்திற்கு அவசியம் ஒரு நாளேடு தேவை. என்ன காரணமோ, புரட்சிப் புயல் 'வைகோ' சிந்தித்துக் கொண்டிருக்கின்றார். அந்தச் சிந்தனை, க. திருநாவுக்கரசு பொறுப்பாசிரியராக இருக்கும் காலத்திலேயே வெற்றி பெறுமானால் நாட்டுக்கு நல்லதோர் விடிவு காலத்தை உணர்த்தும் சங்கொலியாக அமையும்.

பாட்டாளி மக்கள் கட்சி நிறுவனர் இராமதாஸ் அவர்கள் 'தினக்குரல்' என்ற நாளேட்டை நடத்தினார். அந்தக் குரல், கட்சி சந்தடி ஓசையிலே மறைந்து விட்டது. மீண்டும் எழுமா?

அகில இந்திய அளவில் எல்லா வளமும் உடைய தேசியக் காங்கிரஸ் கட்சி தனக்கென ஒரு தின ஏடு இல்லாமலேயே இருக்கின்றது? காலம்தான் அதன் கவனத்தைக் கணிக்க வேண்டும்.

தமிழ்நாட்டு அரசியலில் எழுத்துரிமைகளைக் காக்க, பேச்சுரிமையை நிலை நாட்ட, பொடா, தடாக்களது சட்டக் கொடுமைகளை, கோரங்களை மக்களுக்கு எடுத்துரைக்க எப்படிப்பட்ட கட்சி ஏடுகள் தேவை. அதை நடத்துவது எப்படி? எந்தக் கட்சி ஏடுகளிலே அதற்காகப் பயிற்சி பெறுவது நல்லது என்பதை, வருங்கால இளையத் தலைமுறைப் பத்திரிகை ஆசிரியர்கள் எண்ணிடத் தயாராக வேண்டும் என்பதற்காகவே, இந்தப் பகுதிக்கு 'கட்சிப் பத்திரிகை நடத்துவது எப்படி?' என்று ஒரு புதிய பகுதியை எழுதுகிறோம். ஆர்வமுள்ள இளைய தலைமுறைகள் படித்துப் பயன் பெற்றால் மகிழ்ச்சி.

கட்சிப் பத்திரிகை நடத்தப் பயிற்சி

கட்டுரைகளில் எழுதும் எழுத்துச் செறிவுகளைச் சுத்தமாக எழுத வேண்டும்; அதனால் தவறுகள் அதிகம் ஏற்படாது; Scrawl எனப்படும் கிறுக்கல் எழுத்தாக இருக்கக் கூடாது? இருந்தால் ஏராளமான பிழைகள் ஏற்படும். இப்படி எழுதுவதால் என்ன பயன்? என்று கேட்கிறீர்கள் இல்லையா?

நீ ஒரு Scribble பத்திரிகை ஆசிரியன். அதாவது பிரச்னைகளை சிக்கல் எடுக்கும் கட்டுரை ஆசிரியன் என்பதை நீருபிப்பாயா இல்லையா? சிந்தித்துப் பார்! இவ்வாறு நீ பெயரெடுத்துப் புகழ் பெற வேண்டுமா? முதலில் நீ எழுதும் அறையைச் சுத்தமாக வைத்துக் கொள்! அதனால் மனச் சுத்தம் பெற முடியும். கட்டுரைப் போக்கும், அதன் தொடர்புகளும், கட்சி சார்பாக ஆசிரியரைக் காண வருபவர்களும், அவர்கள் தரும் செய்திகளும் சுத்தமாக இருக்கும். இல்லையேல் குழப்பவாதிகள்தான் குவிவார்கள்.

கட்சிப் பத்திரிகையில் எழுதும் கட்டுரைகள் கரடு முரடாக, திகைப்பெனும் பள்ளத்திலே விழுகின்றவாறு எழுதக் கூடாது. பழி, பாவம், சிறு பிழை ஆகியவற்றுக்கு அஞ்சுகின்ற பண்பாளராக இருந்தால்தான் உன்னைத் தேடி வந்து மனதைப் புண்படுத்தும் கட்சிக் குணத்தினர் scrupulous அண்ட மாட்டார்கள் வாரார். இல்லையென்றால் பத்திரிகை அறை Scuffle அமளி, கைகலப்பு, வம்பு தும்பு எழும் அறையாகி விடும். அதாவது சட்டையைப் பிடித்துத் தள்ளுகின்ற தள்ளுமுள்ளு அறையாகி விடும்.

அதனால், எழுதும் கட்டுரையில், அனுபவ அறிவுத் திறனும், தனித் திறமும், விறுவிறுப்பூட்டும் மாற்றுச் சுவையும் எடுத்துக் காட்டாக, சிலேடை நயம், கவிதை மேற்கோள், மற்றவர் கருத்தை ஆதரிக்கும் மாண்பு, அகநிலை நுண்நோக்கு ஆற்றல், நாம் எவருக்கும் இளைத்தவரில்லை

என்கிற பெருமித நினைவுகள் ஓர் எழுத்தாளன் கட்டுரையில் நீச்சலடிக்க வேண்டும்.

மதச் சார்பின்மை, அரசியல் ஒழுக்கம், சமயச் சார்பற்ற கல்வி முறை, குறிப்பாக சமுதாயவியல் ஒழுக்கம், சமநிலை உணர்ச்சியுடைய கட்டுரை எழுத்துக்கள்தான் பத்திரிகைக்குரிய பெருமையை வழங்கும். எதிலும் புல்லறிவாண்மையை Smatterer நுழைய விடுவீர்களேயானால், உங்கள் இடமிருக்கும் சுறுசுறுப்புகள் (Smartness) துடிதுடிப்புகள் எல்லாமே தளர்ந்து போய்விடக் கூடும்.

நீங்கள் எழுதும் கட்டுரையில் என்னென்ன Styles இருக்க வேண்டும் தெரியுமா? இதோ சில :

பரந்த நீர் பரப்பில் அலையாடாத,

ஒலி வகையில் வல்லோசை இல்லாத மெல்லோசையோடு,

வள்ளலார் அருட்பாடல் மென்மை போல,

கடுகடுப்பு, சொரசொரப்பு இல்லாத இன்சொற்கள்

நத்தை நடை, ஆமை நடைகளை அகற்றி, ‘அரிமா’ நோக்கு நடை வளம்,

முயல் வேக, மான் வேக ஓட்டத்தோடு பாயும் தமிழ் வேகம் துள்ளத் துள்ள,

முழு நிலா சந்திரனை உடைத்து அந்த ஒளிக் குளிர்ச்சியை மையாக ஊற்றி எழுதும் போக்கு,

தென்றல் சிறு காற்றலையின் இதமான வீச்சுடன் வரவேற்று வாழ்த்தும் தமிழ்நடையில் கட்டுரைக் கருத்துக்களை எழுத வேண்டும்.

இத்தகையக் கட்டுரையைக் கட்சிப் பத்திரிகையில் முதன் முதலாக படித்த ஒரு வாசகன், நாளையும் பத்திரிகை

வாங்க வரமாட்டான் என்றா எண்ணுகிறீர்கள்? ஆளும் கட்சித் தலைவர்களை இந்த Styleல் வரவேற்றுப் பாருங்கள். விற்பனைப் பெருகாதா?

எதிர்த்து எழுதும் கட்டுரை நடையில்...

ஆட்சிக் கட்சித் தலைவர்களை, எதிர்க் கட்சியைச் சேர்ந்த பத்திரிகைகளைக் கண்டனம் செய்து எழுதும் தமிழ் நடை எவ்வாறு அமைந்திருந்தால் சிறப்பாக இருக்கும்? இதோ அந்த நடைக்குரிய இலக்கணம்.

அகம்பாவ உணர்ச்சியை அடக்கிக் கொண்டு, வேகமாகப் பின்வாங்கி முன்னோடி வந்து மோதும் செம்மறி ஆட்டுக் கடாக்களைப் போன்ற மானம், ரோஷம், அந்தத் தமிழ் நடையில் செஞ்சொற்களால் அமைந்திருக்க வேண்டும்.

பின் சென்று சுருண்டு உருண்டு புரண்டோடி வரும் பொங்குமாங்கடல் அலைகளைப் போன்ற ஜால வித்தைகள் அந்தத் தமிழ்நடையில் தாண்டவமாட வேண்டும்.

காண்டா மிருகம் தனது கொம்புகளால் தாக்கும் போதுள்ள வலிமை, எழுதும் கட்டுரையில் மறைந்திருந்தாலும், கலை மான் கொம்புகளது வளைவுகள் உண்டாக்கும் ரத்தக் கசிவுக் காயங்கள் போல, எதிரிகளின் சிந்தனைக் கருத்துக்களைச் சிதறடித்து, அதன் ‘கரு’ என்கிற கபால ஓட்டைக் கழற்றி எறியும் தமிழ் எழுத்துக்கள் கட்டுரையில் அலை மோத வேண்டும்.

வானத்தில் வளரிளம் பிறைகளது ஒரு முனைக் கூர்மை போல, கண்டனக் கட்டுரைச் சொற்கள் எதிரிகள் எண்ணங்கள் மீது கூர்மையாகப் பாய்ந்து மோத வேண்டும்.

அறிவு, கொப்பளிக்கும் கருத்துக்கள் எழுதுகோல் முனையில் பொங்கி வழிய வேண்டுமே தவிர, **Horns of Dliemma** அதாவது இருதலைக் கொள்ளி எறும்பு மயக்கம் நெஞ்சில் ஊர்ந்திடக் கூடாது. அதனால், அறிவுத் தோல்வி

வந்தாலும் அதை 'வேலான் பட்ட வேழ நடையுணர்வோடு' சகித்துக் கொள்ளலாம்! ஏனென்றால், உள்ளுவதெல்லாம் உயர்வுள்ளல் அல்லவா? அதனால்!

இவை போன்ற கட்டுரைச் சொற்களது உணர்ச்சிகள், சம்பவங்கள், அதற்கான சான்றுகள், ஆதார ஏடுகள் எல்லாம் எதிரியின் ஏறணைய நெஞ்சிலே பேரச்சத்தை, பயங்கரக் கிலியூட்டும் சினச் சீற்றத்தை உருவாக்கும்போது, கட்டுரையைப் படிக்கும் வாசகர் வட்டங்கள் எல்லாருமே வீரம் தவழும் வெங்கலப் பாடல்களைப் பாடித் துள்ளுவார்கள். கட்டுரை எழுதுபவருடைய எழுதுகோலின் அற்புதங்களை வழக்கமாகப் படிக்கும் அந்தப் பத்திரிகையின் வாசகர்கள் பக்தர்களாகி விடுவார்கள்.

குறிப்பு : வாயால் சொல்லி விட்டால் போதுமா?

எங்கே எடுத்துக்காட்டுக் கட்டுரைகள் என்று கேட்போர்களுக்கு 'மறுப்புக் கட்டுரை எழுதுவது எப்படி?' என்ற இப் புத்தக இறுதிப் பகுதியிலுள்ள கட்டுரைகளைப் படித்துப் பின்பற்றினாலே போதும். பல நூல்களது ஆதாரச் சான்றுகள் (References) உங்களுக்குக் கிடைக்கும். நீங்கள் எழுதுவதற்கும் அவை அடிப்படையாகச் சான்றளிக்கும்.

கலைஞர் 'முரசொலி'

"முரசொலி"க்கும் வயதாகி விட்டது. Box Box-சாக பெட்டிச் செய்திகளை எழுதிக் குவிக்கும் 'முரசொலி' மாறன் அவர்களும் இப்போது இல்லை. இப்போது அது வேங்கைக்கு வாய்ப்பூட்டு போட்ட நிலையில் இருக்கிறது.

'தீக்கதிர்' ஏட்டைப் படிக்கும் போது ஒரு கம்யூனிஸ்ட் பத்திரிகையின் வைர நெஞ்சுரத்தைக் காணலாம். அற்புதமான தமிழாய்வுகள், அறிஞர்களது வரலாறுகள் அனைத்தையும் அது வழங்கித், தொண்டர்களை ஊக்குவிக்கும் ஆக்கப் பணிகளை ஆற்றுகின்றது.

ம.தி.மு.க. ‘சங்கொலி’

எல்லாவற்றுக்கும் மேலாக, தற்போது ‘சங்கொலி’ வார ஏட்டை விட்டால், அரசியல் ரீதியான எதிர்க்கட்சி ஏடு வேறு ஏதுமில்லை. ‘ஒன்னே ஒன்னு கண்ணே கண்ணு’ என்பார்களே அந்தத் தகுதியில் திராவிடரியக்கப் பழங்கால பத்திரிகை உணர்வுகளோடு பீடுநடையிட்டு அது வந்து கொண்டிருக்கின்றது.

‘விடுதலை’, ‘உண்மை’ என்று தந்தை பெரியார் வளர்த்த ஏடுகளில் இப்போது இனமான சைவ உணவு வாசனைதான் மூக்கைத் துளைத்து ஊடுருவுகின்றது. அவை வீர சைவமாக இருந்தாலும் பரவாயில்லை. அதனால், அவை என்று பழைய அசைவ ஏடுகளாக மாறி, ஆய்வுக் கருத்துக்களை வரும் இளைய தலைமுறைகளுக்கு வழங்குமோ! காலம்தான் வேகம் காட்ட வேண்டும்.

“Paper

War” அல்ல

எனவே, கட்சிப் பத்திரிகைகள் **Paper War, Paper Warfare** ஆக மாறிவிடக் கூடாது. அது தாள் போர், தாள் வாக்குவாதம், செய்தித் தாள் மூலமாக, மேடைப் பேச்சில் கேட்டது வாயிலாக, தலைவர்களுடைய அறிக்கைக் கருத்துக்கள் சார்பாக நடத்தப்படும் கண்ணியமான, கட்டுப்பாடான, கடமையான ஒரு கருத்துப் போரே தவிர, வாக்குவாதக் களங்களே அன்றி, பத்திரிகைகள் கலவரமூட்டும் களமாக அது மாறிவிடக் கூடாது என்பதில் எழுத்தாளர்கள் எச்சரிகையாக எழுத வேண்டும்.

PARALYSIS

JOURNALIST

பத்திரிகைக்குப் பத்திரிகை இடையே வெளியிடப்படும் முரண் உரையாக, தலைவர்களுக்குத் தலைவர் அறிவிக்கும்

முரணுரைபோலத் தோன்றும் மெய்யுரையாக, புரியாத புதிராக, ஏற்றுக் கொண்ட இயல்புக்கு மாறான செய்தியாக, கருத்தாக, நம்பமுடியாததாக, எழுதும் செய்திகளாகவோ, கருத்துக்களாகவோ, புதிராகவோ எழுதும் கட்டுரைகள் இருக்கக் கூடாது.

அவ்வாறு அந்த எழுத்துக்கள் அமையுமானால், இருந்தால், எழுதிய எழுத்தாளர் தனது எழுத்தாட்சிகளை, சொல்லாட்சிகளை, பொருளாட்சிகளை, இயக்கும் ஆற்றலை இழந்து விட்ட பக்கவாதம், முடக்கு வாதம் (Paralysis Journalist) என்று, மற்ற எழுத்தாளர்களும் அல்லது பத்திரிகை உலகமும் அவரைப் பழிக்கும் என்பதை உணர வேண்டும்.

எழுதப்படும் கட்டுரைகள் எதுவானாலும் சரி, அது வெல்லுதற்கரிய inexpugnableயனவாக இருந்தால்தான், அடுத்தப் பத்திரிகை எழுத்தாளர் மீண்டும் தாக்கி எழுத அஞ்சுவார். அது மட்டுமன்று; இத்தகைய எழுத்துக்கள், பத்திரிகையைச் சார்ந்திருக்கும் கட்சிக்காரர்களை வீரர்களாக்கும். மற்றக் கட்சிக்காரர்கள் தாக்கிக் கைப்பற்ற முடியாத கொள்கை உறுதி கொண்ட வீரர்களாக அவர்கள் உலா வருவார்கள். அதாவது, ஆழ்ந்த கட்சிச் சிந்தனைகளை, உலக அறிவுச் சிந்தனைகளை எழுத்து மூலம் தெரிவிக்கும் முறையை Lucubrate என்பர். அந்தப் பணியைக் கட்டுரையாளர் செய்வது நல்லது.

ஆனால், அக்கட்டுரை எழுத்துக்கள், கருத்துக்கள், கேலிக்கும், முட்டாள்தனத்துக்கும் (Ludicrous) சான்றாகிவிடக் கூடாது.

கட்சிக்காரர்கள் அனைவரையும் அக்கட்சியின் இலட்சியத்திற்கான விடி வெள்ளியாக Lucifer^ திகழ்ந்தால் அந்தப் பத்திரிகை மக்களிடையே கொள்கை மலராகப் பூத்து மணந்து கொண்டே தேன் பிலிற்றும்.

பல் சுவைகளை வழங்க வேண்டும்

கட்சிப் பத்திரிகை நாளேடாக இருந்தால் தொடர் கதை எழுதச் சொல்லலாம். ஆனால், அந்தக் கதை ஆற்றொழுக்கான தொடர்பாக எழுதப்பட்டிருக்கின்றதா என்று படித்துப் பார்ப்பது ஆசிரியர் கடமைகளில் ஒன்று.

அவ்வாறு எழுதப்படும் கதையில் முழுநிலைப் பின்னணி விளக்கம், சென்ற காலக் கதைச் சுருக்கம், ‘சங்கொலி’ பத்திரிகையில் வெளிவந்த ‘வைகோ’ நடைப் பயணச் செய்திக் கட்டுரைகள் போல, மற்றும் துணுக்குரைகள், கேள்விபதில், சிற்றிலக்கியச் சிறுகதைகள், கவிதை மலர் பூக்காடுகள் அழகு, விந்தைகள் புரியும் விஞ்ஞானக் கூறுகள், வரலாற்று ஓவிய நினைவுகள், பேரிலக்கியச் சிறுகதைகள்; புத்தக விமர்சனங்கள், நாடகம், சினிமா, இசை, ஆடல் பாடல்களது கலை விமர்சனங்கள், இறுதியாக வீர விளையாட்டுப் போட்டி விந்தைகள், இளம் கவிஞர்கள் தலைமுறைகளை வளர்க்கும் கவிதைச் சோலை போன்ற பகுதிகளைத் தக்க வல்லவர்களைக் கொண்டு வெளியிட்டால், அந்தப் பல்சுவை தேன் துளிகளைப் பருக வாசகர் தேனீக்கள், பத்திரிகைப் பகுதி மலர்களை மலர வைத்து, நுகர்ந்து, தேனுறிஞ்சி, ஆடை நெய்து, பிற்கால உலகுக்கு வழங்கும் அறிவைப் பெறுவார்கள். கவிஞர் சுரதாவும், கவிஞர் கண்ணதாசனும் தங்களது கவிதை, உரைநடை இதழ்களில் இந்தப் பணிகளைச் செய்து வெற்றி பெற்றிட்ட வித்தகர்களாக விளங்கினர் என்பதைத் தமிழகம் அறியும்.

○○○

48. ஆன்மீகச் செய்திகள்

ஆன்மீகக் கருத்துக்களைப் பத்திரிகையில் வெளியிடலாம். புற உலகில் தோன்றுவன எல்லாமே கருத்தளவே ஆகும் என்ற கொள்கையுடைய idealisti நீக்குகளாக இருக்கலாம். இலக்கியவாதிகள் குறிக்கோளை உயர்வாக நினைக்கின்ற idealize ஆக இருத்தல் சிறந்தது. மக்கள் ஆன்மீக உணர்வுகளைப் புரிந்து கொண்டு திருக்கோவில் விழாச் செய்திகளை வெளியிட்டு ஆன்மிகர்களை மகிழ்வுப்படுத்தலாம். அந்த வாசகர்களும் பத்திரிகை வளர்ச்சிக்கு ஆதரவாக நடமாடுவார்கள்.

தேசிய கவி பாரதியாருக்குப் பிறகு கவிதை வானம் வெளுத்து வந்தது. புரட்சிக் கவிஞராக விளங்கிய பாரதிதாசன் அதற்குச் செம்மையை ஏற்றிச் செவ்வானமாக்கினார். அவருடைய பாக்களின் வரிக்கு வரி, சொல்லுக்குச் சொல், நமது உடலின் நாடி நரம்புகளிலே துள்ளலை, துடிப்பை, நெருப்பை, கந்தக வெடிப்பை, தென்றல் சுவை போன்ற, புதுப்புதுச் சிந்தனை இசைகளோடு பாடி வந்த பாவேந்தர் ‘பா’ நயங்களைப் பத்திரிகையிலே எழுதி, பாவேந்தர் கவிதா மண்டலத்தை வளர்க்கும் இளைய தலைமுறைகளை உருவாக்கலாம்.

○○○

49. பத்திரிகைத்துறை சேவை

படிப்பு, கல்வி, ஆராய்ச்சி, இலக்கிய உணர்ச்சிகளது வளர்ச்சிகள், ஆழ்நிலை ஆய்வுகள், ஏடாய்வுகள், கூராய்வுகள், நுண்ணாய்வுகள், அறிவியல் சாதனைகள், கலைத் துறை முன்னேற்ற ஆய்வுகள், கருத்துப் படம், எழுதும் பயிற்சி, ஆர்வ உழைப்பு ஈடுபாடு, தலையங்கங்களது, வெற்றிகள், தொடர் வரலாற்றுப் புதினம் வெளியீடு, சங்க கால இலக்கிய ஆய்வுச் சிந்தனைகள், பொருளாதார வளர்ச்சி நிலை, அரசியலில் ஆளும் கட்சி ஆட்சியின் அவலங்கள், அதற்கான ஆக்கப் பணிகளை கூறும் திட்டங்கள், விளையாட்டுச் சிந்தனைகளின் பெருமைகள், சினிமா நாடகம், இசைத் துறைகளுக்குரிய விமர்சனங்கள் ஆகியவற்றுக்கான தூண்டுகோலாக அமைந்தால் அதுதான் பத்திரிகை ஆற்றும் மக்கட் தொண்டு!

இத்தகையப் பத்திரிகையின் வளர்ச்சிக்குப் பொது மக்கள் ஆதரவு காட்டுவதுதான், பத்திரிகையும் மக்களும் Heart and Heart அதாவது மனம் விட்டுப் பழகும் பண்பு நிலையில் உள்ளார்கள் என்று பொருள்!

○○○

50. பேட்டி (Interview)

இரண்டு மனிதர்கள் நேருக்கு நேராகச் சந்தித்து, அறிவையும், அனுபவத்தையும் ஒருவருக்கொருவர் பரிமாறிக் கொள்வதற்குப் பேட்டி என்று பெயர்.

தலைவர்கள், செய்தியாளர்களை அழைத்துப் பேசுவதற்கும், செய்தியாளர் கூட்டமாக இருப்பவர்களிடம் சென்று செய்திகளைக் கேட்டு அறிவதற்கும் பேட்டி என்று பொருள்.

செய்தியாளர் நேரிடையாகவோ, தொலைபேசி வழியாகவோ, கடிதங்கள் மூலமாகவோ தொடர்பு கொண்டு செய்திகளை அறிவதற்கும் பேட்டி என்றும் சொல்லலாம்.

சிலர் பேட்டி தருவதற்கே அஞ்சுவார்கள். காரணம். அவர்கள் தரும் செய்தி சிக்கலான பிரச்னைகளை உருவாக்கி, மக்களிடமும் சம்பந்தப்பட்ட அரசியல் அல்லது கட்சித் தலைவர்களிடமும் கெட்ட பெயரை உண்டாக்கி விடுமோ என்பதால் பேட்டி கொடுப்போர் பயப்படுவதும் உண்டு.

வேறு சிலர், பேட்டிக் கொடுத்தால் பெயரும், அனுபவமும், அறிவும் மக்களிடம் செல்வாக்குப் பெறும் என்ற ஆசையால், புகழ் பெறுவதற்காக பேட்டித் தரவும் விரும்புவது உண்டு என்று 'ஜனநாயகத்தில் பத்திரிகை பணி' என்ற தனது நூலில் திரு. ஏ.ஜி. வெங்கடாச்சாரி அவர்கள் கூறுகிறார்.

எனவே, பேட்டி ஒரு கலை. இரண்டு மனிதர்கள் நேருக்கு நேராகச் சந்தித்து வெளியிடும் அனுபவமும், அறிவுமுடைய கலை என்கிறார் 'சோமலே' எனும் அறிஞர் தனது 'தமிழ் இதழ்கள்' என்ற புத்தகத்தில் இரண்டு பேர்கள் சந்தித்துப் பேசும் பேச்சுக்கள் எல்லாமே பேட்டி எனும் பெயர் பெறாது. அது கலந்துரையாடல் எனும் பெயர் பெறும்.

அந்த இரண்டு பேரும் ஒரு குறிப்பிட்டக் கருத்தை அடிப்படையாகக் கொண்டு, செய்தியாளர் கேள்வி கேட்க மற்றவர் அதற்கான அனுபவ உரைகளைக் கூறுவதுதான் பேட்டி என்ற பெயரைப் பெறும்.

எடுத்துக்காட்டாக, அறிஞர் அண்ணா அவர்கள் ஆட்சி அமைத்த பின்பு செய்தியாளர்கள் அவரை அணுகி, 'பானை இருக்கிறது; மூன்று படி அரிசி போடவில்லையே' என்று சுவரொட்டிகளை ஒட்டிப் பிரச்சாரம் செய்கிறார்களே, உங்களது பதில் என்ன?' என்று கேட்டார்கள்.

அதற்கு அண்ணா அவர்கள் 'மூன்றுபடி அரிசி அரசு நோக்கு, தற்சமயம் மக்களுக்கு போடும் ஒரு படி அரிசிதான் இலக்கு' என்ற தகவலைத் தந்தார். இவ்வாறு தகவலைப் பெறுவதற்குத்தான் பேட்டி என்று பெயர்.

எனவே, பேட்டி காண்போர், இயல்பாக உள்ள பிரச்னைகள் வைத்துத்தான் பேட்டி காண வேண்டுமே தவிர, பேட்டி வழங்குபவருக்கு நெருக்கடியோ, அச்சுறுத்தும் சிக்கலையோ உண்டு பண்ணக் கூடாது. அது செய்தியாளருக்கும் அழகன்று.

அமெரிக்க நாவலரான இராபர்ட் கிரீன் இங்கர்சால் கூறியதை போல, மக்களுடைய அன்றாடச் சிந்தனைகளைப் பதிவு செய்வதுதான் பத்திரிகைப் பண்பு. ஒவ்வொரு மணி நேரமும் மனித சாதியின் முன்னேற்றத்தை அளந்து காட்டுவதுதான் செய்தியாளர் பணி என்கிறார். அதற்கேற்ற சூழ்நிலையைப் பேட்டியும் உருவாக்க வேண்டும் என்பது அவரது கருத்தின் நோக்கம்.

அன்றாட நடப்புகளை அறியும் பேட்டி

தமிழ்நாட்டில் 'கம்ப ராமாயணத்தையும், பெரிய புராணத்தையும் தீயிட்டுக் கொளுத்த வேண்டும்' என்றார் தந்தை பெரியார். அதற்கான வாதப் பிரதிவாதங்கள், பத்திரிகைப் போராட்டங்கள், மேடைப் போர்கள் எல்லாம் நடந்து கொண்டிருந்தன! ஆத்திக நாத்திக அனலாறுகள் ஓடிக் கொண்டிருந்தன.

நாவலர் சோம சுந்தர பாரதியார், சொல்லின் செல்வர் ரா.பி. சேதுப்பிள்ளை போன்றவர்கள் எல்லாம் சேலத்திலும் சென்னையிலும் தந்தை பெரியார், அறிஞர் அண்ணா கருத்துக்களை எதிர்த்து தங்களது அறிவாராய்ச்சிக்களை அரங்குகளிலே சொற்போராகத் தொடுத்தார்கள். அறிஞர் அண்ணா அவர்கள், போர் தொடுத்த தமிழ் அறிஞர்களை எதிர்த்து மேற்கண்ட இருநகர சொற்போர்களிலும் வாதப் போர் நடத்தினார்.

அந்த நேரத்தில் அண்ணல் காந்தியடிகள் சென்னையிலுள்ள இந்திப் பிரச்சார சபை விழாவுக்கு வந்திருந்தார். அடிகள் காலையிலும், மாலையிலும் தினந்தோறும், 'ரகுபதி ராகவ ராஜாராம்' பாடலைப் பாடி ராம பஜனை செய்யும் பழக்கமுடையவர் என்பது இந்திய மக்கள் அறிந்த செய்தி.

மகாத்மா அவர்கள் இந்திப் பிரச்சார சபை விழாவில் பேசி முடித்த பின்பு, அவரைச் சென்னைப் பத்திரிகைச் செய்தியாளர்கள் கூட்டமாக அணுகி, 'தமிழ்நாட்டில் இராமயணத்தைக் கொளுத்த வேண்டும்' என்று பெரியார் இராமசாமி கூறுகிறார். ராம பக்தரான நீங்கள் என்ன கூறுகிறீர்கள்?' என்று அப்போதைய நாட்டின் பரபரப்பு சூழ்நிலைக்கு ஏற்றவாறு காந்தி அண்ணலிடம் கேள்வி கேட்டார்கள்.

அதற்கு அண்ணல் காந்தி, 'நான் வணங்குவது தசரதன் மகன் இராமனை அல்ல; சீதையின் கணவன் ராமனை அல்ல' என்று சுருக்கமாக இரண்டே வாக்கியங்களில் பதில் கூறினார்!

உடனே அறிஞர் அண்ணா அவர்கள் தனது 'திராவிட நாடு' பத்திரிகையில் 'எரியிட்டார்: என் செய்தீர்? என்று கேட்டு பதில் எழுதினார்.

இதுதான் அன்றைய கால கட்டத்தின் அன்றாட நடப்பினை அறியும் நேருக்கு நேர் சந்தித்துக் கேட்ட பேட்டிக் கலை. அதற்கு அடிகள் தனது அனுபவத்தை,

அறிவை மக்களுக்கு விளக்கிக் காட்டிய பேட்டி காட்சியாக அமைந்தது. இந்தப் பேட்டி ஒரு வரலாற்றுச் சம்பவ ஆன்மிகத் தெளிவைத் தெரிவித்த பேட்டியாகும்.

நிகழ்ச்சியின் விவரங்களைவெளிப்படுத்தும் பேட்டி

தந்தை பெரியார் சேலம் நகரில் பிள்ளையார் சிலைகளை உடைக்கும் போராட்டத்தை நடத்தினார்! இந்தச் சிலை உடைப்புப் போராட்டத்தால் வன்முறைகள் ஏதும் நடைபெறவில்லை; அமைதியாக மண் சிலைகளை நடுரோட்டில் போட்டு உடைத்தார்! தமிழ்நாட்டில் நடைபெற்ற இந்தப் போராட்டம் ஆன்மிக உலகில் ஒருவித பரபரப்பை உருவாக்கியது.

உடனே செய்தியாளர் ஒருவர் சேலத்தில் பிள்ளையார் சிலை உடைப்புப் போராட்டம் முடிந்த பிறகு பேச வந்த அண்ணா அவர்களிடம் மேடையில் பேசுவதற்கு முன்பே, 'பெரியார் பிள்ளையார் சிலைகள் உடைப்புப் போராட்டம் நடத்தினாரே, அதனை நீங்கள் ஆதரிக்கின்றீர்களா? என்று பேட்டி கண்டு கேட்டனர்.

அறிஞர் அண்ணா அவர்கள் அதற்குப் பதில் கூறும் போது, 'போராட்டங்களைத் தேடியும் போக மாட்டேன். போராடும் கட்டம் வந்தால் நடத்தாமலும் இருக்க மாட்டேன்; பிள்ளையாருக்குத் தேங்காயும் உடைக்க மாட்டேன், சிலைகளையும் உடைக்க மாட்டேன்' என்றார்.

செய்தியாளர்களின் இந்தப் பேட்டி, அண்ணா அவர்களைச் செய்தியாளர் நேருக்கு நேர் சந்தித்த கலைக்காட்சி, அக்கால கட்டத்தில் நடைபெற்ற பகிரங்க நிகழ்ச்சியின் விவரங்களை வெளி கொணர்ந்து அதன் உட்பொருளை மக்களுக்குப் புலப்படுத்திய சாட்சி.

கண்ணோட்டக் கருத்தை வெளிப்படுத்தும் பேட்டி

நடிகர் திலகம் சிவாஜி கணேசன் பராசக்தி படம் மூலம் அறிமுகமாகி அண்ணா கட்சி நிகழ்ச்சிகளில் பங்கு கொண்ட மன உணர்ச்சியுடையவராக இருந்தார். பிறகு அவர் தேசியக்

கட்சியில் சேர்ந்து தீவிர பங்கு கொண்டதால், திருப்பதி கோவிலுக்குச் சென்று வழிபாடு செய்து திரும்பினார்.

செய்தியாளர்கள் அறிஞர் அண்ணா அவர்களை அணுகி, ‘உங்களுடைய கட்சியிலே இருந்த நடிகர் திலகம் திருப்பதி சென்று வழிபாடு செய்துள்ளாரே என்று நேருக்கு நேராகக் கேள்வியை எழுப்பினார்கள். அதற்கு அண்ணா மௌனியாக இருந்து விட்டார். ‘ஒரு நாள் பழகினும் நட்புக்கு சீர்குலைவு வரக்கூடாதல்லவா? அதுதானே சான்றோர் எண்ணம்?

சென்னை இராஜா அண்ணாமலை மன்றத்திலே நடிகர் திலகம் நடிக்கும் வீரபாண்டிய கட்டபொம்மன் நாடகத்திற்கு தலைமை தாங்க வேண்டும் என்று நடத்துனர்கள் கேட்டதற்கு அறிஞர் அண்ணா ஒப்புக் கொண்டார், நாடக அரங்கிற்கு அவர் வந்து பேசிய தனது உரையில், ‘சிவாஜி கணேசன் என்ற மலர் மலர்ந்து மணம் வீசும் நேரத்தில் அவரது அருமை மணத்தை நீங்கள் நுகர்கிறீர்கள். அவர் செடியாக, அரும்பாக இருக்கும் போதே, இந்தச் செடி, அரும்பு ஒரு நாள் தமிழ்நாடு முழுவதும் மணக்கும் மலராகும் என்பதை முன்கூட்டியே நான் அறிந்தவன். ‘தம்பி’ சிவாஜிகணேசன் எங்கிருந்தாலும் வாழ்க’ என்று வாழ்த்திச் சென்றார்.

இந்தக் காட்சி, சிவாஜியை நேருக்கு நேர் கண்டு வாழ்த்திய காட்சி, அவர்மீது அண்ணா வைத்திருந்த கருத்தை, கண்ணோட்டத்தின் தனித்தன்மையை அன்று வெளிப்படுத்திய பேட்டி ஆகும். ‘மாற்றான் தோட்டத்து மலரும் மணக்கும்’ என்றவரல்லவா அவர்?

எனவே, பேட்டியினால் நாட்டுக்கு பல நன்மைகள், வரலாற்றுண்மைகள், நட்பு உணர்வின் நெறிகள், இலக்கியச் சிந்தனைகள், அரசியல் தன்னடக்க உணர்வுகள், சான்றாண்மைச் சம்பவங்கள் கிடைக்கின்றன. இத்தகைய பேட்டிகள் ஏராளமாக இருக்கின்றன. அவற்றை எல்லாம் செய்தியாளர்கள் வெளிக் கொண்டு வந்து வரலாற்றில் பதிவு செய்தால், வருங்கால இளைய தலைமுறைகளுக்குரிய பாடமாக, படக் காட்சிகளாக அமையாதா?

பேட்டிகள் ஒரு செய்தியை உருவாக்க வேண்டும். பல சம்பவங்களைப் படம் பிடித்துக் காட்டுவதாய் அமைய வேண்டும். புதிய கண்டுபிடிப்பார்களது சாதனைகளைப் பேட்டி கண்டு அதன் அருமைகளைப் பொது மக்களுக்கு உணர்த்தலாம்.

விளையாட்டு வீரர்களைப் பேட்டிக் கண்டு அவர்களது ஆற்றலை உலகுக்கு வெளிப்படுத்தலாம். இவை பொது மக்களுக்குரிய வீர உணர்ச்சிகளை வளர்க்கப் பெரிதும் உதவியாக இருக்கும்.

இந்தியாவின் ஒவ்வொரு துறையிலும் புகழ் பெற்று விளங்குபவர்கள் இலை மறை காயைப் போல வாழ்கிறார்கள். அவர்களை அடையாளம் கண்டு மக்களுக்கு அறிமுகப்படுத்தும் பாலமாக பேட்டி விளங்க வேண்டும்.

'சன்' டிவியில் உங்களூர் விநோதங்கள் என்ற ஒரு பகுதி செயல்படுகிறது. அந்த டி.வி.யின் பத்து நிமிடத்தோடு அவர்களது சாதனை விவரங்கள் முடிந்து விட்ட சம்பவங்கள் அல்ல. செய்தியாளர்கள் அவர்களைத் தனியே பேட்டிக் கண்டு முழு விவரங்களையும் பத்திரிகையில் வெளியிடலாம். அதனால் அவர்களது சாதனை நோக்கம் மேலும் ஆக்கம் பெறும் வழியாக இருக்கும்.

சாலையின் ஓரத்தில் இளநீர் காய்களை வெட்டி விற்றவர் ஒருவர் சங்கத் தலைவரானார்! எப்படியானார் அவர் என்பதைத் தனி மனிதர் பேட்டியாகக் கண்டு முழு செய்தியை வெளியிடலாம். நாளை ஒரு பழ வியாபாரிகூட கனிகள் சங்கத் தலைவராக அல்லது பெரிய வணிகச் சீமானாக வரலாமில்லையா? அதைப் பேட்டியாக எடுத்து செய்தியாளர்கள் வெளியிடலாம்.

பொதுப்பணிப் பாலங்கள் கட்டும்போது செங்கல் சுமந்த ஒரு சிற்றாள், நகராட்சி கமிஷனராக உயர்கின்றார். அவர் உழைப்பைச் செய்தியாளர் நேருக்கு நேர் பேட்டி எடுத்துப் பத்திரிகையில் வெளியிட்டால் அதைப் படித்து விட்டு மண் சுமப்பவன் நாளை சட்டமன்ற உறுப்பினராகவும்

வரக் கூடுமில்லையா? வந்தவர்கள் உண்டு! இவை எல்லாம் தற்செயல் **The Casual Interviews** பேட்டிகளாக அமையலாம் தானே!

தொலைபேசியில் பேட்டி எடுப்பதைக் கூடுமான வரைத் தவிர்த்து விடுதல் செய்தியாளர்களுக்கும், பத்திரிகைகளுக்கும் மிக நல்லது; ஏனென்றால், அந்தச் செய்தியை வழங்கியவருக்கு சாதகம் விளைந்தால் செய்தியாளரையும், பத்திரிகையையும் பாராட்டுவார். ஒருவேளை சரியாகக் கவனிக்க முடியாமல், கரகரப்பு ஒலிகளால் சரியாகக் கேட்க முடியாமல் இடையில் தொலைபேசி தடை ஏதாவது ஏற்பட்டு அந்தச் செய்தி பாதகம் விளைவிக்குமானால், நான் அதுபோல ஒரு செய்தியை வழங்கவில்லை என்று அவர் மறுத்து விடுவார். அதனால் பத்திரிகைக்கும் கெட்ட பெயர், செய்தி சேகரித்தவருக்கும் அவப்பெயர் வந்து சேரும். எனவே, தொலைபேசியில் செய்தி சேகரிப்பதைத் தவிர்ப்பது கூடுமானவரை நல்லது.

செய்தியாளர், செய்தி பெறுவோரிடம் நம்பிக்கையாளராக நடக்க வேண்டும். ‘இந்தச் செய்தியை வெளியிட வேண்டாம்’ என்று ஒரு தலைவர், மக்களால் போற்றப்படுபவர் கூறினால் அதை வெளியிடவே கூடாது. **Off the record** என்று அவர் கூறியே சொல்லும் போது அதை மீறினால், மறுபடியும் அந்தச் செய்தியாளர் பிறர் எவரிடமும் செய்தி பெற முடியாது. எல்லோருமே அவரை வெறுத்து ஒதுக்கும் நிலை ஏற்படும்.

ஒரு செய்தியாளர் பேட்டியை வெற்றிகரமாக முடிக்க, பேட்டி தருபவர் யார், அவர் கல்வித் தகுதி, துறை அனுபவம், மக்களிடம் உள்ள தொடர்பு அல்லது அரசிடம் அவருக்குள்ள செல்வாக்கு ஆகியவற்றை முன்கூட்டியே தெரிந்து கொண்டு, தான் காணும் பேட்டிக்கான கேள்விகளைத் திட்டமிட்டுப் பட்டியலிட்டுக் கொள்வது சிறந்தது. பிறகு அந்தக் கேள்விகளில் கேட்க வேண்டியதைக் கேட்டு பதில் பெறலாம்; நீக்க வேண்டியதை நீக்கி விட்டு விடலாம். அதை விட்டு விட்டு பேட்டி நடக்கும் இடத்திலே சமாளித்துக் கொள்ளலாம் என்று முன் தயாரிப்பின்றிச் சென்றால் நிச்சயம் குழப்பம்

ஏற்பட்டு, பேட்டி தோல்வி பெறலாம் என்ற எச்சரிக்கை செய்தியாளர்களுக்கு இருப்பது நல்லது.

செய்தி சேகரிப்பவர்களுக்குப் புகழாசை இருக்க வேண்டும். பத்திரிகைக்கும் தனக்கும் நற்பெயர் தேடிக் கொள்பவராக இருப்பது நல்லது. ஆனால் சந்தர்ப்பவாதியாகும் ஆசைகள் அவரிடம் அண்டக் கூடாது.

பேட்டி எடுப்பவர் அதை நடத்திக் கொண்டே பேட்டி தருபவரின் கருத்துக்களைக் குறிப்பெடுத்துக் கொள்ள வேண்டும். அப்படி எடுக்கும்போது, பேட்டிக் கருத்துக்கள் தடைப்படக் கூடாது. தொடர்பு விட்டு விட்டு அறுபடக் கூடாது. பேட்டிக்குப் போவோர் அவர்களுடன் ஒலிப்பதிவு நாடா (Tape Recorders)களைக் கொண்டு சென்றால், பேட்டிப் பணியும் சுலபமாக முடிவடையும்.

பேட்டி எடுக்கும் சூழ்நிலைக்கு ஏற்றவாறு நேரம், இடம், கேள்விப் பட்டியல், பொறுப்புணர்ச்சி, பொறுமை, நல்ல உடைத் தோற்றம், குறிப்பு எடுக்கும் கருவிகள், எவற்றை வெளியிடலாம், எதை வெளியிடக் கூடாது என்ற கேள்வி பதில் தகுதிகள் ஆகியவற்றைச் சிந்தித்து நடக்க வேண்டும்.

பேட்டி தருபவரை விட நாம் விஷயமறிந்தவர் என்றோ, அவர் பதில் கூறும்போது இடையீடு செய்து எரிச்சலூட்டு வதாகவோ, அடிமைபோல அவரிடம் ஏதோ பயன் பெறுபவர் போல பேட்டியளிப்போர் நினைக்கும் வகையில், செய்தியாளர் நடந்து கொள்ளக் கூடாது. குறிப்பாக ‘கவர்’ கிடைக்குமா? மதுபான விருந்துண்டா? என்ற தவறுகளுக்குச் செய்தியாளர்கள் இடமளிக்கக் கூடாது?

○○○

51. மொழி வளமும் செழுமையான அறிவும்

முதல் அமைச்சர் கலந்து கொள்ளும் அரசு விழாக்களில், அரசு திட்டங்கள் அறிவிப்புக் கூட்டங்களில் பத்திரிகையாளர்களை ஏன் புறக்கணிக்கின்றார் செல்வி ஜெயலலிதா என்பதற்கு, அவர் என்ன காரணம் கூறினார் என்பதைச் சிந்திக்கும்போது, நமக்கெல்லாம் மனவேதனை சுனாமி அலைகளைப் போலச் சுழன்றடிக்கின்றது? அப்படி என்ன அறிவித்து விட்டார் என்கிறீர்களா?

செல்வி. ஜெயலலிதா கூறிய காரணம்!

'செய்தி சேகரிக்க வருவோர்களுக்கு இங்லீஷ் தெரிந்தால் தமிழ் எழுத வரவில்லை; தமிழ் தெரிந்தால் ஆங்கிலம் சரியாகத் தெரியவில்லை. இதனால் ஒன்றுகிடக்க ஒன்று செய்தியாக வெளிவந்து குழப்பம்தான் உண்டாகின்றது' என்றார்.

எவ்வளவு பெரிய இழுக்கு இது பத்திரிகைச் செய்தியாளர்களுக்கு என்று எண்ணிப் பார்ப்பவர்களுக்குத்தான் இந்த சுனாமி அலைகளது ஆபத்து புரியும். இது மட்டுமன்று.

செய்தியாளர்களில் பலருக்கு 'ழ' கர உச்சரிப்பே சரியாக சொல்லத் தெரியவில்லை. வாழை என்பதற்கு வாளை என்றும் பழம் என்பதற்கு பலம் என்றும், மதுரையை மருதை எனவும், குதிரையைக் குருதை எனவும் உச்சரிப்பவர்களும்; 'ண'கர, 'ன'கர, 'ள' கர, 'ல'கர, 'ழ'கர பேத உணர்வுகளை உச்சரிக்கத் தெரியாதவர்களும் இன்றும் பத்திரிகைத் துறையில் இருக்கிறார்கள்.

அவர்கள் தென் மாநில சாதாரணமான மனிதர்களாக இருந்தால் பரவாயில்லை; பத்திரிகையாளர்களாக, செய்தியாளர்களாகப் பணி புரிகிறார்களே! அதனால்தான் அக்கறைப்பட வேண்டிய அவசியமுள்ளது. அவர்களைக் கூறித் தவறில்லை. இளமைக் காலக் கல்வியைக் கற்றுக் கொடுத்த ஆசான்களும், அத்தகையவர்களே. காரணம், மண்மொழி மாண்பு அது!

செய்தியாளர்களாக வந்து விட்டதற்காக அவர்கள் Linguist பன்மொழி அறிஞராகவோ Lingulate என்ற ‘நா’ பல் ஒலி அறிந்தவராகவோ, Phonetics ஒலியியல் தெரிந்தவராகவோ, Phonetician ஒலியியல் வல்லுநராகவோ Lingual, ‘ட’கர, ‘ண’கர போன்று ‘நா’ விடைப் பிறக்கும் ஒலி நூலுணர்ந்தவராகவோ இருக்க வேண்டும் என்று நாம் சொல்லவில்லை; எதிர் பார்க்கவுமில்லை.

செய்தியாளர், ஆசிரியர் பணிகளுக்கு வந்த பிறகாவது, தமிழ் வல்லாரிடையே எழுத்தொலிப் பிறப்புகளைப் பற்றி, அவற்றை எவ்வாறு உச்சரிக்க வேண்டும் என்பதைக் குறித்துத் தெரிந்துக் கொள்ள வேண்டாமா? காரணம், பத்திரிகைத் துறை பணிகளாயிற்றே என்பது தான் நமது ஆசை! அதனால்தான் கூறுகின்றோம்.

எனவே, இப்படிப்பட்டவர்கள் செய்தியாளராகச் சென்று தவலை போயிற்று என்ற சொற்றொடரின் முதல் சொல்லில் ‘வ’ கரத்தை மறந்து விட்டால் என்ன குழப்ப வேதனைகள் சூழுமோ, அந்த நிலை செய்தியிலும் தன்னை மறந்து ஏற்பட்டு விடக்கூடாதே என்பதாலும், தமிழ்நாட்டில் ‘ழ’கர, ‘ண’கர ‘ல’கர, ‘ள’கர வித்தியாசங்கள் விநாச விளைவுகளை விளைவித்திடக் கூடாது என்பதாலும், முதல் அமைச்சர் ஜெயலலிதாவின் புகார் தமிழ்ச் செய்தியாளர்கட்கும் நேர்ந்துவிடக் கூடாதே என்ற தொழில் அபிமானத்தாலும்தான், இந்தப் பகுதியை இங்கே அவர்கள் கவனத்துக்கு நிலை நாட்ட விரும்புகிறோம்! காரணம், நாமும் ஒரு மூத்த

செய்தியாளன், பத்திரிகை ஆசிரியன், 55 ஆண்டுக் கால அனுபவம் உள்ளவன் என்பதால் இங்கே எழுதுகின்றோம்.

நிறுத்தக் குறிகள் :

தற்காலச் செய்தியாளர்களும், பத்திரிகை ஆசிரியர்களும் எழுதும் வேகத்தில் எங்கெங்கே என்னென்ன நிறுத்தற் குறிகளை வைக்க வேண்டும் என்பதையும் மறந்து விடுகிறார்கள். அந்தக் குறிகள் இல்லாமையால், சுக்கு, மிளகு, திப்பிலி என்று படிக்க வேண்டிய வாசகங்கள் 'சுக்குமி, ளகுதி, ப்பிலி' என்று அனர்த்தமாகப் படித்துக் குழப்பம் அடையும் நிலை உண்டாகின்றது. அதனால், நிறுத்தக் குறிகளை எழுதுவதற்கு இது ஒரு பயிற்சியாகவும் இருக்குமல்லவா?

நாம் பேசும்போது கருத்து முடிகிற இடத்தில் பேசுவதைக் கொஞ்சம் நிறுத்துகிறோம். கருத்து முடிந்தாலும் சரி, முடியாமல் போனாலும் சரி, சில இடங்களில் நிறுத்தம் செய்கிறோம். கேள்வி எழுப்பும் போதும், ஆச்சரியப்படும் போதும் பேசும் பேச்சைக் கொஞ்சம் இழுத்து அல்லது எடுத்து நிறுத்துகிறோம்.

பேசும்போது உண்டாகும் இந்த நிறுத்தக் காலத்தை, எழுத்தில் சில குறிகள் போட்டுக் காட்டுகிறோம். இவைதான் நிறுத்தற் குறிகள் ஆகும்.

முற்றுப் புள்ளி (.)

எழுதும் வாக்கியத்தின் முடிவைக் காட்டுவதற்காக, முற்றுப் புள்ளி (.) வைக்கின்றோம். இந்த முற்றுப் புள்ளி வைத்த இடத்தில் நான்கு மாத்திரை நிறுத்த வேண்டும் என்பது பொருளாகும். இது முற்றுப் புள்ளிக்குரிய கால அளவு.

மாத்திரை என்றால் என்ன? இதைச் செய்தியாளர்கள் பள்ளிக் கல்வியில் கற்ற ஒன்றுதான். ஆனால் அது, மனதை விட்டு மறைந்திருக்கக் கூடும்.

எனவே, மாத்திரை நேரம் என்றால், விரலை சொடுக்கும் அல்லது நெட்டை ஒடிக்கும் ஓசை வரும் நேரம். அல்லது கண் இமை, இமைக்கும் நேரம். இந்த நேரம் தான் மாத்திரை எனும் நேரத்தின் கால அளவு. எனவே, முற்றுப் புள்ளி உள்ள இடத்தில் நான்கு முறை கண் இமைகளை மூடி மூடி திறக்கும் நேரம் நிறுத்த வேண்டும். அதுதான் மாத்திரை எனும் கால அளவு.

மற்ற நிறுத்தற் குறிகளுக்கு அளவு, முற்றுப் புள்ளிதான் மூல அளவை நேரம். அந்த மாத்திரை அளவைக் கொண்டுதான்

முக்காற் புள்ளி :

அரைப்புள்ளி ;

காற்புள்ளி,

ஆகிய நிறுத்தற் புள்ளிகள் கணக்கிடப்படுகின்றன.

இந்த முற்றுப் புள்ளியை வாக்கியம் முடிந்தவுடன் வைக்க வேண்டும். ஒருவர் முகவரி முடிக்கப்படும் இடத்தில் இடவேண்டும். சொற் குறுக்கங்களின் முடிவு. (திரு. இது திருவாளர் என்ற சொல்லின் குறுக்கம். இந்தக் குறுக்கம் முடிவில் (.) புள்ளியிட வேண்டும்.

ஒரு பெயரை எழுதும்போது, பெயர்களுக்குரிய முன்னெழுத்துக்களின் பின், எடுத்துக்காட்டாக கி.மா.கோ. ராஜன், நா.வா. கலைமணி என்று எழுதும் போது முற்றுப் புள்ளி மேலே வைத்திருப்பதைப் போல இடவேண்டும்.

முக்காற் புள்ளி (:)

உட்பிரிவுகள், வகைகள், சிறு விளக்கங்கள், மேற்கோள்கள் போன்றவற்றிற்குரிய துணைத் தலைப்புகளுக்குப் பின் முக்காற்புள்ளி : இடப்பட வேண்டும். இதற்கு நிறுத்தும் கால அளவு மூன்று மாத்திரைகள். அதாவது மூன்று முறை கண் இமைக்கும் நேரம் கால அளவு. எடுத்துக்காட்டு :

சமுதாயச் சீரழிவுக்குக் காரணங்கள் :

கலைஞரின் உரைச்சுருக்கம் :

தோல்விக்குரிய காரணங்கள் வருமாறு :

அரைப்புள்ளி (;)

பல பயனிலைகள் ஒரு வாக்கியத்தில் வரும்போது முடிவாக வருகின்ற பயனிலையைத் தவிர, வாக்கியத்தினுள் வருகின்ற மற்ற பயனிலைகளுக்குப் பின் அரைப்புள்ளி இடப்படுகின்றது.

எடுத்துக்காட்டுகளும், குறிப்புரைகளும், குறிப்பெண்களும், எழுதப்படும்போது, கருத்தளவில் ஓர் உட்பகுதி முடிகின்ற இடத்திலும் அரைப்புள்ளி ஒரு வாக்கியத்தின் முடிவை அல்லது குறிப்புக்களின் முடிவைக் காட்டுவதன்று; தொடர்ந்து செல்லுகின்ற ஒரு கருத்தின் உட்பிரிவின் முடிவைக் காட்டுவது. இதற்குரிய கால அளவு இரண்டு மாத்திரைகள்.

எடுத்துக்காட்டு :

1. சிவகவி முருகனை நோக்கிச் சென்றார்; அவரைப் பாடினார்; அருள் பெற்றார்; மற்றவர்கட்கும் வழிகாட்டினார்.

2. பலா வேர் விறகிற்கு ஆம்; மரப்பகுதி பலகைக்கும் ஆம்; கிளைகள் விட்டத்திற்கு ஆம்; பழம் உண்பதற்கு ஆம்.

காற்புள்ளி (,)

ஓரினத்தை அடுத்த பலவற்றை அடுத்தடுத்து எழுதும் போதும், எண், பெயர், முற்று, எச்சம் ஆகிய இடங்களில் பொருள் புரிவதற்காக நிறுத்தம் நிகழ வேண்டும் போதும், ஆனால், ஆதலால், ஆயின், மற்ற என்பன போன்ற இடைச்சொற்களின்பின் நிறுத்தல் நிகழ வேண்டும். போதும், காற்புள்ளி வைக்க வேண்டும். காற்புள்ளி கால அளவு ஒரு மாத்திரை.

எடுத்துக்காட்டு :

1. சீவகசிந்தாமணி, சிலப்பதிகாரம், மணிமேகலை, வளையாபதி, குண்டலகேசி ஆகிய இவைகள் ஐந்தும் ஐம்பெருங்காப்பிய நூல்களாம்.

2. திருக்குறளில் '133' அதிகாரங்களும், திருவள்ளுவர் பெருமானால் எழுதப்பட்டவை.

3. அன்பும் அருளும், பண்பும் அன்பும், சுத்தமும் அசுத்தமும், விண்ணும் மண்ணும், திருக்குறள் நூலில் பின்னிக் கிடக்கின்றன. ஆனால், வீடுபேறு இல்லையே, என்று ஆன்மீகிகளில் பலர் கூறுகின்றார்கள்.

கேள்விக் குறி?

கேள்வியைச் சுட்டிக் காட்டும் வாக்கியத்தின் கடைசியில் வினாக்குறி போடப்படுகின்றது. இதற்குரிய கால அளவும் முற்றுப் புள்ளியைப் போலவே நான்கு மாத்திரைதான். ஆனால், கேள்வி கேட்பவன் தான்பேசும்போது, அந்தக் கேள்விக்குப் பதில் எதனையும் பிறரிடமிருந்து எதிர்பார்க்காமல் பேசுகின்ற நிலையில்தான் இந்தக் குறிக்கு இவ்வளவு மாத்திரை நேரம் உரியது. விடை எதிர்ப்பார்க்கப்பட்டதாயின், இதற்கு மாத்திரை அளவு இல்லை.

எடுத்துக்காட்டு :

1. யானோ அரசன்? யானே கள்வன்?

2. எட்டுத் தொகை நூல்கள் எவை?

ஆச்சரியக் குறி!

இகழ்வின் கண்ணும், உயர்வின் கண்ணும், விளியின் கண்ணும் வியப்புத் தோன்ற வருகின்ற சொல்லின் அல்லது சொற்றொடரின் இறுதியிலும் இந்தக் குறி வைக்கப் படுகின்றது. இதற்கும் நான்கு மாத்திரையே அளவு என்றாலும், முற்றுப் புள்ளியைப் போலவே நான்கே மாத்திரைதான் என்ற அளவு இல்லை.

எடுத்துக்காட்டு :

தேரா மன்னா! செப்புவ துடையேன்!

யானே கள்வன்!

கண்டேன் கற்பினுக் கணியைக் கண்களால்!

தீ! தீ! தீ!

மேற்கோள் குறி “ ”, ‘ ’

ஒருவர் கூறிய சொல்லை மேற்கோளாகக் காட்ட வேண்டுமென்றால், மேற்கோள் குறிகள் இடப்படுகின்றன. கட்டுரையின் இடையில் தனியாகச் சிறப்பித்துத் காட்டப்பட வேண்டிய எழுத்து, சொல், சொற்றொடர் ஆகியனவும், மேற் கோள் குறிகளைப் பெறுகின்றன. முன்னதற்குப் பெரும்பாலும் இரட்டைக் குறிகளும், பின்னவற்றிற்குப் பெரும்பாலும் ஒற்றைக் குறிகளும் இடப்படும்.

மேற்கோளுக்குள் மேற்கோள் வரவேண்டுமென்றாலும் ஒற்றைக் குறிகள் இடப்படுகின்றன. இந்த முறைக்கு மாறாக மேற்கோள் குறி இடுவதும் உண்டு.

எடுத்துக்காட்டு :

1. “யானோ அரசன்? யானே கள்வன்!” என்று அமைந்தான் பாண்டியன்.

2. வடமொழி நூலார் உவமையை ‘உபமானம்’ என்பர்.

3. “இலண்டனுக்குச் சென்றேன். ‘நீர் இந்தியரோ?’ என்று கேட்டார் ஓர் செவ்விந்திய நண்பர்”, என்று அவர் கூறினார்.

4. ‘டில்லிக்குச் சென்றேன். “நீர் சென்னை வாசியோ?” என்று கேட்டார் ஒரு ஆக்ரா நண்பர்’ என்று அவர் கூறினார்.

பிறைக் குறிகள் ( ), [ ]

வாக்கியங்களின் இடையிடையே சிறு விளக்கங்கள் கூறப்படும்போதும், உட்பிரிவுகளுக்கான எண் வரிசைகளுக்கும், மேலும் பிறவற்றிற்கும் பிறைக் குறிகள் போடப்படுகின்றன. பெரிய உட்பிரிவுகளுக்கு [இத்தகைய குறிகளும், சிறிய உட்பிரிவுகளுக்கு ( ) இத்தகைய குறிகளும் இடப்படுகின்றன. இவற்றை 'அடைப்புக் குறிகள்' எனவும் கூறலாம்.

எடுத்துக்காட்டு :

(1) தமிழ்நாட்டு வரலாற்றில் சோழர் காலத்தில் (கி.பி. ஒன்பதாம் நூற்றாண்டு முதல் 12ஆம் நூற்றாண்டு வரை) தமிழில் அரிய காப்பியங்கள் தோன்றலாயின.

(2) அவை யாவன :

(1) ....

(2) ....

(3) ....

(3) தமிழ்நாட்டு வரலாற்றில் சோழர் காலத்தில் [கி.பி. 9ஆம் நூற்றாண்டு முதல் (கம்பர்) 12ஆம் நூற்றாண்டு வரை] தமிழில் அரிய காப்பியங்கள் தோன்றலாயின.

பத்தியமைத்தல் (Paragraph)

கட்டுரை முழுவதும் ஒரே துண்டாக எழுதப்பட்டிருக்காது. தொடர்ச்சியாகச் செல்லும் வரிகள். ஆங்காங்கு உடைக்கப்பட்டுக் கட்டுரை பல பகுதிகளாகப் பிரிக்கப் பட்டிருப்பதைக் காணலாம்.

பல வாக்கியங்கள் சேர்ந்த சிறுசிறு பிரிவுகளாகக் கட்டுரை அமைந்திருக்கும். ஒவ்வொரு பிரிவிலும் ஒரு குறிப்பிட்ட கருத்து அல்லது ஒரே தன்மை வாய்ந்த கருத்துக்கள் விளக்கப்பட்டிருக்கும். இந்த ஒவ்வொரு பிரிவிற்கும் பத்தி (Paragraph) என்று பெயர்.

புதிதாக பாரகிராப் துவங்குவதாக இருந்தால், புதுக் கருத்துத் தொடங்க வேண்டுமானால், அதற்கான இந்தக் குறியீட்டை போட வேண்டும.

பத்திகள் இல்லாத கட்டுரையில் ஒழுங்காகக் கோவை செய்யப்பட்ட கருத்துக்கள் அமைந்திருக்கும் என்று சொல்வதற்கில்லை. பத்திகள் கட்டுரையைப் பார்வைக்கு அழகு செய்கின்றன. படிக்கின்றவருடைய மனத்திற்கும், கண்ணிற்கும் தளர்ச்சி ஏற்படாமல் காக்கின்றன. அதனால் பத்தி பத்தியாகக் கட்டுரையைப் பிரித்து எழுத வேண்டும்.

எனவே, எழுதும்போது நிறுத்தற் குறிகளை மறந்து விடாமல் இட்டு, பத்திப் பத்தியாக, அழகாக, படிப்பதற்குத் தளர்ச்சி உண்டாகாமல் செய்தியாளர்களும், ஆசிரியர்களும் எழுதப் பழகப் பயிற்சி பெறுவது நல்லதல்லவா?

○○○

52. பிழை திருத்தம்

அச்சுப்படி திருத்துதலும் அவற்றுக்கான குறியீடுகளும்

ஒரு பத்திரிகையிலுள்ள பணிகளில் அச்சுப்படி (Proof Reading) திருத்துதல், முக்கியமான தலையாயப் பணியாகும். ஒரு பத்திரிகையில் அச்சுப் பிழைகள் வராமலிருந்தால்தான் அதைத் தரமுள்ள பத்திரிகை என்று மக்கள் மதிப்பார்கள்.

அச்சுப் பிழைகள் மலிந்து காணப்படுமானால், அவை வாசகர்களிடையே மிகப் பெரியக் குழப்பத்தையும், அனாவசியமான வம்படி வழக்குகளையும், அதனால் பத்திரிகை விற்பனையும் வெகுவாகப் பாதிக்கப்பட்டு, மக்களிடம் அனர்த்தங்களையும் உருவாக்கிவிடும்.

எடுத்துக்காட்டாக: இந்தச் சம்பவத்தை பிழைதிருத்துவோரும், பத்திரிகை உரிமையாளரும் அதன் ஆசிரியரும் மனத்தில் நிறுத்துவது நல்லது.

ஓர் ஆளும் கட்சித் தலைவர், ஏறிவந்த ரயில் தாம்பரம் ரயில் நிலையத்தில் நின்று கொண்டிருந்தபோது, ஒரு சிறுவன் தனது தலையில் எண்ணெயில்லாமல், பரட்டை தலையுடன், அழுக்கு அடை அடையாகப் படிந்திருந்த கிழிந்த சட்டையுடன் பிச்சை எடுத்துக் கொண்டிருந்தான்.

இரயிலில் வந்த அந்தத் தலைவர் அவன்மீது இரக்கப் பட்டு, அவனுடைய தோற்றத்தைக் கண்டு அவனை அழைத்து, இரண்டு இட்லியுடன் வடை ஒன்றையும் வைத்துக் கொடுக்குமாறு நடைமேடை பலகாரம் விற்பவரிடம் கூறிப் பணமும் கொடுத்தார். அந்தச் சிறுவன் படிக்க வேண்டிய

பருவத்தில் இப்படிப் பிச்சை எடுத்துப் பிழைக்கின்றானே என்று அவர் மனம் வருந்தினார்.

இந்த நிகழ்ச்சியைப் பார்த்துக் கொண்டிருந்த ஒரு பத்திரிகைச் செய்தியாளர், அந்த நிகழ்ச்சியை அப்படியே எழுதி, அன்றைய நாளேடு ஒன்றுக்குச் செய்தியாக அனுப்பினார். அவர் ஒரு பிரபலமான ஆளும் கட்சித் தலைவர் என்பதால், அவருடைய கருணை உள்ளத்தைப் பாராட்டி இரக்க உணர்வோடு, “ஆளும் கட்சித் தலைவர் பிச்சை எடுக்கும் சிறுவனின் பரிதாப நிலையைக் கண்டு கதிரவனைக் கண்ட கமலம் போல மனம் கூம்பினார்” என்று செய்தி அனுப்பினார்.

அந்தச் செய்தி மறுநாள் காலைப் பதிப்பு நாளேட்டில் ‘கூ’ம்பினார் என்ற எழுத்திருந்த இடத்தில், ‘கூ’ வன்னாவுக்குப் பதிலாக, ‘ஊ’வன்னாவைப் போட்டு வந்து விட்டது. இந்தச் செய்திப் பிரச்னை பத்திரிகைக்குக் கெட்ட பெயரை உருவாக்கியதோடு நில்லாமல், அந்த அச்சுப்படியைப் பிழை திருத்தம் செய்வோரை வேலையை விட்டும் நீக்கி விட்டது.

இதை ஏன்? இங்கே சுட்டிக் காட்டுகிறோம் என்றால், ஒரு பத்திரிகையில் இப்படிப்பட்ட பிழைகள் வருமானால், அதனால் பத்திரிகைக்கு மக்களிடம் கெட்ட பெயர் உண்டானதோடு நில்லாமல், கட்சி அணிகள் தகராறுகளும் உருவாகின்றது. இதனால் செய்தியாளருக்கும் கெட்ட பெயர், கட்சியிலும் குழப்பம், பிழைதிருத்துவோரும் பணிநீக்கம் செய்யப்பட்ட நிலைகள் ஏற்பட்டு விட்டன.

எனவே, கூடுமானவரைப் பிழைகள் மலியாமல் பத்திரிகை வெளிவர வேண்டும் என்ற அச்சமும், பிழை திருத்தும் பிரிவுக்கு உண்டாகி விட்டது. அதனால்தான் பிழை திருத்துவோர் மொழி அறிவு உள்ளவராக இருக்க வேண்டும் என்ற நிலை அவசியமாகின்றது.

அச்சுப்படி திருத்துவோர் எழுத்துப் பிழையைப் பார்ப்பதோடு நில்லாமல், செய்தியின் தலைப்பு, கொடுக்கப்பட்ட விவரங்களில் முரண்பாடுகள், எங்காவது சொற்கள், எழுத்துக்கள் மாறி இருக்கின்றனவா? மூலத்திலும், ஃப்ரூப்பிலும் வாசகங்கள் சரியாக உள்ளதா? அர்த்தம் அனர்த்தமாக மாறியுள்ளதா? புள்ளி விவரங்களைச் சரியாக அச்சுக் கோர்க்கப்பட்டிருக்கின்றதா என்பதை எல்லாம் எச்சரிக்கையோடு கவனிக்க வேண்டும். அது அவர்களது உயிரினும் மேலான கடமையுமாகும்.

அச்சுப்படி திருத்தும்போது, ஒருவர் மூலத்தை உரக்கப் படிக்க வேண்டும். மற்றவர் அதைத் திருத்த வேண்டும். திருத்தும்போது படியின் ஓரங்களில் Margin உள்ள இடத்தில் உரிய திருத்தக் குறிகளைச் சந்தேகத்திற்கு இடமில்லாமல் போட்டுத் திருத்த வேண்டும்.

என்ன அச்சுப் பிழை வந்துள்ளது என்பதைப் பிழை திருத்துவோர்க்குரிய குறிகளிட்டும், கோடுகளிட்டும் பக்க ஓரங்களில் சுட்டிக் காட்ட வேண்டும். இது செய்தித்தாள் திருத்தும் வழக்கமாகும்.

ஒரு வாக்கிய வரியில் செய்கின்ற திருத்தம் பின்னால் வரும் வரிகளின் அமைப்புக்குப் பாதிப்பு ஏற்படாமல் திருத்த வேண்டும். எந்த வாக்கியத்தில் தவறோ அந்த வரிக்கு நேராகப் பிழையைக் குறித்துச் சரியானதை எழுத வேண்டும். பிழையின் மேலேயே திருத்தம் செய்யக் கூடாது. அது பிழைத் திருத்தும் முறையும் அன்று.

பொதுவாக, ஒரு வரியின் இடது பாதியில் பிழை இருந்தால், திருத்தத்தை இடது பக்க ஓரத்திலும், வலது பாதியில் தவறிறிருந்தால் திருத்தத்தை வலது பக்க ஓரத்திலும் குறிக்க வேண்டும். இதுதான் பிழை திருத்தும் வழக்கமான முறை.

பிழைகளைக் கோடிட்டுக் காட்டும் போது, மேலும் கீழுமுள்ள வரிகள் மேல் கோட்டை இழுத்துச் சென்று காட்டக் கூடாது. இரண்டு வரிகளுக்கும் நடுவே கோடிழுத்துச் சென்று ஓரத்தில் எது தவறோ அதைக் குறிப்பிட வேண்டும்.

ஒன்றுக்கும் மேற்பட்ட பிழைகள் ஒரு வரியில் ஏற்பட்டிருந்தால், அவற்றை மேலாகவோ, கீழாகவோ, வலமாகவோ, இடமாகாவோ, ஒன்றோடொன்று மோதாமல், சுத்தமாகவும், புரியும்படியும், கோடு போட்டுச் சுட்டிக் காட்டினால்தான், அச்சுக் கோர்ப்பாளர்களுக்குக் குழப்பம் ஏற்படாது. அதனால் அடுத்தடுத்த தவறுகள் அதே வாக்கியத்தில் ஏற்படாது என்பதைப் பிழை திருத்துவோர் உணருதல் நலம்.

ஒரு சொல்லில் இரண்டு மூன்று தவறுகள் நேர்ந்திருந்தால், அந்தச் சொல்லை நீக்கிவிட்டு, அதே சொல்லைச் சுத்தமாக மறு ஓரத்தில் எழுதிக் காட்ட வேண்டும்.

எண்கள் தவறு இருந்தால், அந்த எண்களை நீக்கிவிட்டு அதே எண்ணை மீண்டும் சரியாக ஓரத்தில் எழுதுவது நல்லது; மீண்டும் பழைய பிழை வாராது.

எழுத்துப் பிழைகளைத் திருத்துவதுதோடு இராமல், எந்த உருவ அளவு அச்சு எழுத்து அது, என்ற பாயிண்ட் Point வடிவத்தையும் சுட்டிக் காட்டும் அனுபவம் பெற்றிருப்பதுதான் பிழை திருத்துவோரின் திறமை. பிழைகளைத் திருத்துவதற்கென்று இருக்கும் குறியீடுகளைப் பிழை திருத்துவோர் சரியாக, மனப்பாடம் செய்திருக்க வேண்டும். அந்தக் குறியீடுகளை அச்சுக்கோர்ப்பவரும் நன்றாக உணர்ந்திருப்பார். அதனால் பிழை திருத்தும் பணி சிறப்பாக அமையும்.

அச்சுக் கோர்ப்பவர் எடுக்கும் பக்கம் காட்டப்படாத அச்சுப் படி, **Galley Proof** சரியாகத் தெளிவாக இருக்கின்றதா, மை சரியாகப் படிந்திருக்கின்றதா? எழுத்துக்கள் சுத்தமாகத்

தெரிகின்றதா என்பதையெல்லாம் பிழைத்திருத்துவோர் அவசியம் பார்வையிடல் வேண்டும். காலி புரூஃப் சரியில்லை என்றால் மறுபடியும் ஒரு படி கேட்டுப் பெறுவது திருத்தும் பணிக்கு நல்லது.

அச்சுப் பிழை திருத்தக் குறியீடு அடையாளங்கள் பொதுவானவை. பத்திப் பிரித்தல், சொற்களைப் பிரித்தல், இரு சொற்களை ஒன்று சேர்த்தல், இடைவெளி தரவேண்டியவை (Space) தொடர்பானவை (Punctuation) இணைக்க வேண்டியவை (Alignment) எழுத்தளவு (Type) போன்றவற்றில் எல்லாம் மாற்றம் செய்வதானால், அதற்கான குறியீடுகளைக் கவனமாக Profல் குறிப்பிடல் வேண்டும்.

அச்சுப் பிழை திருத்தும் குறியீடுகளின் அடையாளங்கள் (Symbols) கீழே கொடுக்கப்பட்டிருக்கின்றன. இந்த அடையாளக் குறிகளைத்தான் அச்சுக் கோர்ப்பு பணிகளில் ஆங்கிலம் உட்பட எல்லா இந்திய மொழிகளிலும் அச்சகத்தார், நூல் பதிப்பாளர், பத்திரிகையாளர் அனைவரும் பயன்படுத்துகிறார்கள்.

எனவே இந்த அடையாளக் குறிகளை நன்றாக மனதில் பதிய வைத்துக் கொள்வது பிழை திருத்துவோர்க்கு மட்டுமன்று, அச்சுத்தொழில் சம்பந்தப்பட்டவற்றுக்கெல்லாம் தேவையானதுமாகும்.

கட்டுரைகள் எழுதும் போது கவனிக்கப்பட வேண்டியவை

1. கட்டுரை எழுதத் தலைப்பைத் தேர்வு செய்தல்
2. எடுத்துக் கொண்ட பொருளுக்குரிய ஆதார நூற்களை சேகரித்தல்
3. அந்த நூற்களைப் படித்துக் குறிப்புகள் திரட்டுதல்
4. பொருளை நன்கு சிந்தித்துக் கருத்துக்களைத் தொகுத்தல்

5. தொகுத்த கருத்துக்களை கட்டுரையில் அமைய இடம் ஒழுங்குப்படுத்துதல்

6. தேர்ந்த குறிப்புகளில் சான்றோர் மேற்கோள்களை இடம்பெறச் செய்தல்

7. கட்டுரை வரையத் தொடங்குதல்

8. கட்டுரை எழுதி முடித்த பிறகு, அதனை மறுபடியும் படித்துப் பார்த்தல்.

திரு.வி.க. தமிழ்நடை

பாரதியாருக்கு அடுத்தபடியாகப் பத்திரிகை உலகில் புரட்சி செய்து, தீந்தமிழுடன் தேசிய உணர்வைக் கலந்து ஊட்டியவர் திரு.வி.க. 'தெய்வமிகமேல், தக்கார் நெறிநில், தேசத்தோடொத்து வாழ்' என்ற வாசகங்களை ஒரு வட்டத்தில் சுற்றி வரைந்து, நடுவே இந்திய நாட்டுப் படமும், சென்னை நகர் அமைந்த இடத்தில் ஒரு விண்மீனும் பொறித்த இலச்சினைச் சின்னத்தைத் தாங்கி, திரு.வி.க.வின் 'தேசபக்தன்' 7.12.1917 அன்று தோன்றியது. இரண்டரை ஆண்டுகள் தேசபக்தனின் ஆசிரிய பீடத்திலிருந்து திரு.வி.க. எழுதிய கட்டுரைகள் 'தேசபக்தாமிர்தம்' என்ற தலைப்பில் தொகுக்கப்பட்டு, முதல் மலர் 1919இல் வெளியிடப்பட்டது. அந்தத் தமிழ்நடை, பத்திரிகையாளருக்கு ஓர் எடுத்துக்காட்டு. இதோ அந்த தமிழ்நடைகள்.

'பண்டைத் தமிழ் மக்கள்' உரை நடையில் எனக்குப் பெரும் பற்றுண்டு. பிறமொழிக் கலப்பின்றித் தமிழ் பேசல் வேண்டும், எழுதல் வேண்டுமென்னும் ஆர்வம் எனக்குண்டு. அப்பற்றும் அவ்வார்வமும் என்னளவில் கட்டுப்பட்டுக் கிடப்பதை நோக்குழி, வீட்டின்பத்தில் வெறுப்பும், தமிழ் நாட்டில் பலமுறை பிறவி தாங்கித் தொண்டு புரிவதில் விருப்பும் எனக்குள் நிகழ்கின்றன''

'தேசபக்தன் சுதந்திரத்தை விரும்புகிறான்; சுய ஆட்சி கேட்கிறான்; இந்தியாவிற்கும் இங்கிலாந்திற்கும் சகோதரத்துவத்தை உண்டு பண்ணுகிறான். 'பக்தன்' மாதாவின் அடித் தொண்டன். அவன் பாரத நாட்டில் தோன்றிய ஒவ்வொருவருக்கும் உரியன்' என்று *7.3.1918* இதழில் எழுதிய தலையங்கத்தில், பாரத நாட்டுக்குப் பத்திரிகையை அவர் காணிக்கையாக்கினார். தேசபக்தனில் தம் எழுத்து பற்றி, 'யான் உருத்திரனானேன். என் எழுதுகோல் பாசுபதமாயிற்று' என்று திரு.வி.க. விமர்சித்தார். பஞ்சாப் படுகொலை, சத்யாக்ரக இயக்கம் ஆகியவை நிகழ்ந்த வேளையில் 'தேச பக்தன்' நிலையம் காளி கட்டமாயிற்றென்றும்' காளி, வீர நடம் உமிழும் சுவாலை எரிமலை போன்று விளங்கியதென்றும் அவர் நெஞ்சம் நிமிர்ந்து கூறினார். தேச பக்தனுக்கென்று ஒரு தனி நடை கொண்டேன். சிறு சிறு வாக்கியங்கள் அமைக்கலானேன்; என் நடை எங்கெங்கேயோ ஓடும்; திரியும்; அலையும்; பொருளுக்கேற்ற கோலந் தாங்கும்; இடத்துக்கேற்ற நடம் புரியும்" என்று தம் நடையை அவரே படம் பிடித்துக் காட்டியுள்ளார்.

அக்காலத்தில் பெயரளவில் தமிழில் வெளிவந்த போதிலும், தமிழ் உணர்வோ, மொழி வளமோ, நடைத் தெளிவோ குறையாய் வெளியிட்டு, கலங்கலும், கழிவும், கலப்பும் களங்கமும் நிறைந்த தமிழ் நடையில் தாக்கு பிடித்துக் கொண்டிருந்தன பெரும்பான்மையான தமிழ்ப் பத்திரிகைகள்.

அந்நிலையை மாற்றி, தமிழ் ஆர்வத்தை ஊட்டி, தெள்ளு தமிழ் நடையில் மனத்தை அள்ளும் வகையில், பத்திரிகையில் எழுத இயலும் என்பதை நிலை நாட்டியவை, திரு.வி.க.வின் 'தேச பக்தனும் நவசக்தி'யும். 'அந்நாளில் நாட்டு மொழிப் பத்திரிகைகளில் அயல்மொழி நாற்றம் வீசும் ...... தேச பக்தன், பத்திரிகையுலகில் புரட்சி செய்தான். படிப்படியே செய்தான்.... தேசபக்தன் தமிழரை அன்னிய

மோகத்தினின்றும் விடுவித்தான் என்று சொல்வது மிகையாகாது' என்று பெருமிதம் கொண்டார் திரு.வி.க.

அதிகாரிகளின் நற்செயல்களைப் போற்ற விரைந்து, மற்றவற்றை மறுக்க முனைந்து அற வழியே பொது வாழ்வை வழி நடத்தத் தொண்டு புரிந்தான் 'தேச பக்தன்'. மக்கள் மனத்தைக் கொள்ளை கொண்ட தலைவர்க்குச் சொல் மலர்களால் அஞ்சலி செய்த அப்பத்திரிகை, திலகர், காந்தியடிகள், பெசண்ட் அம்மையார் முதலியோர் புகழை ஓதி, வழிபாடே நடத்தி வந்தது.

'தலைமையேற்று ஒரு தேசத்தை நடத்துவோர் அந்நிலையில் அவர் தேசமேயாவர்; தேசம் அவரேயாகும். தலைமையாவது: தேசத்தின் உணர்வும் சக்தியும் திரண்டு தேங்குமிடம்' என்று தலைமையை வணங்கும் நெறிக்கு விளக்கம் அளித்தார் திரு.வி.க.

'தேச பக்தன் தோன்றியிராவிடில் வகுப்புவாதம் கிளைத்து ஓங்கியிருக்கும், வகுப்புவாதக் கட்சியின் நச்சுப் பல் தேசபக்தனால் பிடுங்கப்பட்டது. அக்கட்சியின் வேகம் ஒடுங்கியது. அது வறுத்த நெல்லாயிற்று; பல்லிழந்த பாம்பாயிற்று' என்று தேசபக்தனின் தொண்டைத் திரு.வி.க. மதிப்பிட்டார்.

டாக்டர் சுப்ரமணிய ஐயர், சர் பட்டத்தைத் துறந்தபோது, 'மயிலை முனிந்திரர்' என்ற தலைப்பில் *21.6.1918*ல் திரு.வி.க. எழுதிய ஆசிரியர் கட்டுரையை சுப்ரமணிய ஐயர் பாராட்டினார்.

'நானா எழுதினேன்? தங்கள் வீரத்தில் தோய்ந்த பக்தி அதை எழுதியது. தாங்கள் மூலம்; யான் கருவி' என்று திரு.வி.க. பதிலிறுத்தலில், தன்னடக்கம் மட்டுமல்ல, கொள்கைக்குத் தன்னைக் காணிக்கையாக்கி, பக்தியின் படைக்கலனாகத் தம்மைப் பக்குவப்படுத்திக் கொண்ட தகைமை விளங்கியது.

தெய்வ பக்தி, ராஜபக்தி, தேசபக்தி, மூன்றும் அவர் நோக்கில் மேலோங்கியிருந்தது. 16.8.1918ல் அவர் எழுதிய தலையங்கத்திலும் புலனாகிறது. 'எங்கள் மன்னர் மன்னராகிய ஐந்தாம் ஜார்ஜுக்கு வெற்றி ஓங்கச் செய்து, எங்கள் பந்தத்தை அவர் வாயிலாக ஒழிக்கக் கருணை புரிவாயாக. நாங்கள் விரும்புவது சுதந்திரம்; வெறுப்பது அடிமைத்தனம். சாந்தி, சாந்தி, சாந்தி. அவனின்றி ஓரணுவும் அசையாது' மன்னரை நம்புகிறாரே, மகேசுரன் துணையை நாடுகிறாரே, மக்கள் சக்தியின் வல்லமையை மறந்து விட்டாரோ, என்று எண்ணத் தோன்றும் அளவுக்கு, அவர் எழுத்தில் பக்தியும், பழமையும் பதிந்திருந்தன.

பழைமையில் அவர் கொண்டிருந்த பக்தி, இன்றைய நாகரிகத்தில் அவருக்கு வெறுப்பை மூட்டியது. தற்கால நாகரிகம் பேயாக நமது தேசத்தைப் பிடித்தாட்டுகிறது. விஷமாக நமது தேசத்தை எரிக்கிறது. பூதமாக நமது தேசத்தை விழுங்குகிறது. தற்கால நாகரிகத்தை வெட்டிச் சாய்க்க வேண்டுவது நமது கடமை என்று 7.1.1919 இதழில் எழுதிய தலையங்கம், தகைமைசால் நெறி, தர்மவெறியாகவும், பழமையில் கொண்ட நாட்டம், புதுமை அனைத்தும் சுட்டெரிக்கும் காட்டமாகவும், மரபில் கொண்ட பிடிப்பு, முற்போக்கை எதிர்க்கத் துணியும் பிடிவாதமாகவும், பிற்போக்காகவும், வலுத்து விடுமோ என்ற அச்சத்தை ஊட்டும் அளவுக்குச் செல்கிறது.

பண்டைக் காலத்தில் சூரன், இராவணன் முதலிய ஒரு சில இராட்சதரிருந்தனர். இப்பொழுதோ வீடுகள்தோறும் இராட்சதர்கள் இருக்கின்றார்கள். இராட்சதர் என்போர் யாவர்? என்றும் பிறர்க்குத் தீங்கிழைப்பவர். பிறரை அடக்கியாள வேண்டுமென்று நினைப்பவர்; காம குரோத முதலிய தீக்குணங்கள் நிரம்பப் பெற்றவர் இன்னோர் இராட்சதர் எனப்படுவர். இவரல்லாத பிறரே அந்தணர் என்போர்' என்று 8.11.1918இல் அவர் தலையங்கத்தில் எழுதியது சன்மார்க்க உபதேசமாக அமைகிறதே ஒழிய,

சமுதாய அநீதிகளுக்கு முழு விளக்கம் தருவதாயில்லை என்று குறைபடுவதற்கு இடமுண்டு.

'மஹறிஷிகளே! நவநாத சித்தர்களே! எங்கிருக்கின்றீர்கள்? உலகத்தில் இராட்சத குணம் பெருகுகிறதே. நீங்கள் கருணை செலுத்த வேண்டிய காலமிதுவே' என்று அவர் நெஞ்சுருக வேண்டுகையில், சமுதாய அரக்கர்களை வீழ்த்த ஜன சக்தியை நம்புகிறாரா அல்லது ஞான ரிஷிகளைத் தேடுகிறாரா, அரசியலை அணுகுகிறாரா அல்லது அவதாரங்களை அழைக்கின்றாரா, சம தர்மத்தை நாடுகிறாரா அல்லது சாத்திரங்களில் சரணாகதி அடைகிறாரா என்ற ஐயப்பாடு எழத்தான் செய்கிறது.

இந்தியா மந்திரியாகிய மிஸ்டர் மான்டேகு நம்தேசத்தில் விஜயம் செய்திருக்கின்றார். இங்கிலாந்திலுள்ள தொழிற்கட்சிக்காரரும் நம் சார்பாக நிற்கின்றனர். இச் செயல் யாவர் செயல்? ஈசன் செயலன்றோ? அவனின்றி ஓரணுவும் அசையாது என்னும் ஆப்த மொழி பொய்யாகுமோ? இப்பொழுது நாம் செய்ய வேண்டிய வேலை, பரோபகாரியாகிய அன்னை பெசண்ட் அம்மையார் தெய்வச் சபையாகிய காங்கிரஸ் அக்கிராசனத்திலிருந்து நமக்கு அனுப்பியுள்ள செய்தியை உற்று நோக்குங்கள்' என்று *28.12.1917* இதழில் எழுதிய தலையங்கத்தில், அரசியல் நிகழ்ச்சிகளும் ஆண்டவனின் திருவிளையாடல்கள் என்று விளக்கம் கூறியதன் மூலம், தெய்வ பக்தி எனும் பீடத்தில் தேச சக்தியைத் தத்தம் செய்து, வீறு கொண்டு எழ வேண்டிய மக்களுக்காக வேதாந்த விலங்குகள் பூட்டி விட்டாரே என்ற வேதனை பிறக்கிறது.

'காந்தி அடிகள் ஆறு வருடக் காவல் பெற்றார் என்னும் செய்தி எமக்கெட்டியபோது, எமது அடியிலிருந்து முடி வரை மின்சாரம் ஊடுருவிப் பாய்ந்தாலென ஒருவித நடுக்கம் உண்டாயிற்று என்று *24.3.1922*இல் நவசக்தியில் எழுதுகிறார்.

'இங்கிலாந்தே! உனது அரசு கிறிஸ்து தர்மத்தை அடிப்படையாகக் கொண்டு இயங்குவது. உன் பெயரால் இங்கு எம்மை ஆளும் அதிகார வர்க்கத்தார் கிறிஸ்து போன்ற காந்தியடிகளை ஓர் உலகச் சட்டத்தால் கட்டி இருக்கிறார். உனக்கு உண்மை வேண்டாமா? அன்பு வேண்டாமா? பொறுமை வேண்டாமா? மனிதர்கள் செய்த சட்ட கண் கொண்டு காந்தியடிகளை நோக்காதே. கிறிஸ்துவக் கண்கொண்டு நோக்கு! உண்மையும் அன்பும் பொறுமையும் புலனாகும் சாந்தி! சாந்தி! சாந்தி!' என்று முடிக்கிறார். அதில் அழுகை இருக்கிறது, அரசியல் இல்லையே; புலம்பல் இருக்கிறது, புரட்சி உணர்வு இல்லையே; வேதனை இருக்கிறது; விமோசனத்துக்கு வழி இல்லையே; வேதாந்தம் இருக்கிறது, வீரம் இல்லையே; பெண்மை இருக்கிறது, ஆண்மை இல்லையே; பொறுமை போதிக்கும்போது பொங்கி எழும் பொது மக்கள் சக்தியைப் போற்றவில்லையே, சாந்தி என்பது சமுதாயத்திற்கு அறை கூவலா? அல்லது ஆறுதலா? என்ற கேள்விகள் எழத்தான் செய்கின்றன.

இக்கேள்விகளுக்குப் பதில், 'தமிழ் பெரியார்கள்' என்ற நூலில் திரு.வி.க.வைப் பற்றி வ.ரா. அவர்கள் தீட்டிய சிறப்பான சொல்லோவியத்தில் ஓரளவு புலனாகிறது.

'ஆண் பெண் தன்மைகளால் வீட்டுக்கும் நாட்டுக்கும் இடையே நசுக்குண்டு கரைந்து உருகுகின்றார் திரு.வி.க.' என்று அவர் எடுத்துக்காட்டி, அறத்துக்கும் அரசியலுக்கும் சன்மார்க்கத்துக்கும் சமதர்மத்துக்கும், பரம்பரை வலுவுக்கும் நவீன தேவைகளுக்கும் இடையே எழும் மோதல்கள் பற்றி ஓயாத சிந்தனையில் மூழ்கிவிட்ட திரு.வி.க. 'காரிய உலகில் சோபை இல்லாது போனார்' என்று காரணம் காட்டுகிறார்.

மோன நிலையில் மூழ்கிய முனிவராகிவிட்ட திரு.வி.க. முழுமையான போராட்ட வீரராக விளங்க இயலவில்லை என்று வரலாற்று உண்மையைக் கூறுவது, அறம், அன்பு, அறிவு, தாய்மொழி, ஆர்வம், தாய்நாட்டுப் பற்று ஆகியவற்றின்

உருவகமாய்த் திகழ்ந்த அவர், நாட்டுக்கும் தமிழுக்கும் ஆற்றிய நற்றொண்டுக்குக் களங்கம் விளைவிப்பதாகாது.

திரு.வி.க.வின் தமிழால் தேசியம் வளர்ந்தது; திரு.வி.க. வின் தேசியத்தால் தமிழ் தழைத்தது. ஆனால், திரு.வி.க. வளர்ச்சியின் முழுமையை அடைய இயலாமல் போயிற்று. அது அவருக்கு இழுக்கல்ல; நாட்டுக்கு இழப்பு. சண்டமாருதமாகவில்லையே என்று தென்றலைப் பழித்துப் பயனென்ன? தகிக்கும் கதிரவனாய் இல்லை என்பது தண்மதியின் தவறல்லவே. அமைதியான குளத்தில் ஆற்றுப் பெருக்கு இல்லையே என்று வருந்தலாமா? தேனின் இனிமை தாகத்தைத் தணிக்கவில்லையே என்று குறை கூறுவது பொருந்துமா? தம் வாழ்வாலும் வாய்மையாலும் தொண்டாலும் தூய்மையாலும் தமிழகத்துக்கு வாழ்வளித்த பெரியார்களில் ஒருவர் திரு.வி.க. தமிழுலகம் அவருக்குத் தலை சாய்த்து வணங்குவதால், தலை நிமிர்ந்து நிற்கும் தகுதி பெற்றுத் திகழும்.

(குறிப்பு: இக்கட்டுரை 'தேசியம் வளர்த்த தமிழ்' என்று கா. திரவியம், I.A.S. அவர்கள் எழுதிய நூலிலிருந்து எடுக்கப்பட்டது. நன்றி)

மறைமலையடிகள் காட்டும் வழி

(வடசொல் நீக்கி, தனித் தமிழ் எழுதிட மறைமலை யடிகளாரின் மொழி ஆய்வுக் கட்டுரை)

ஒரு மொழியில் பிற மொழிகள் எவ்வாறு கலக்கின்றன, என்று பார்த்தால், பிறமொழியாளர்களுடன் பழகுவதனாலும், பிறமொழிகளைப் பேசுவதாலும், ஒரு மொழியில் பிறமொழிச் சொற்கள் கலக்கின்றன என்பதை அறியலாம்.

இவ்வாறு கலத்தல் கடலில் காயங் கரைத்ததுபோல, எம்மொழிக்கும் தீங்கு செய்வதில்லை. நம்மை அடுத்துள்ள மலையாளம், தெலுங்கு, கன்னடம் ஆய மொழிச் சொற்கள் தமிழில் எவ்வளவு கலந்துள்ளன? மிக மிகக் குறைவே. இல்லை என்றுகூடச் சொல்லலாம். அவ்வளவு குறைவு.

ஆனால், அரசியல் பொது மொழிகளாக அல்லது ஆணை மொழிகளாக ஓர் மொழி பிற மொழிகளிற் கலந்தால், அயன் மொழிச் சொற்கள் ஏராளமாய்த் தாய்மொழிகளில் கலந்து விடுகின்றன.

சான்றாக சில நூற்றாண்டுகட்கு முன்பு முகமதியர் ஆட்சியின்போது, அவர்கள் தம் தாய்மொழியாகத் தெய்வ மொழியாகப் போற்றிய அரபுச் சொற்களும், உருது, இந்திக் சொற்களும் தமிழில் ஏராளமாய்க் கலந்தன என்பதற்கு சில சான்றுகள் இதோ :

'ஜமீன்தார், மிராஸ்தார், தாலுக்கா, ஜில்லா, முன்சீப், ஜட்ஜ், கச்சேரி, அயன், ரயத், ஜமா பந்தி, அலமார், மேசை, காடிகானா, நாஸ்தா, சலாம், ஜபர்தஸ்து, படே' போன்ற ஏராளமானச் சொற்கள் தமிழில் கலந்துள்ளன. இவை சிலவே ஆகும்.

தொல்காப்பியத்திலும், திருக்குறளிலும் உள்ள சொற்கள் யாவும் தமிழ் சொற்களே என்பது மொழி ஆய்வாளர்களது கருத்து. நம் கருத்தும் அதுவே.

எனினும், வடமொழிப் பித்தர்கள் நூற்றுக்கு ஐந்து அல்லது ஆறு வடச் சொற்கள் அவற்றில் உளவென்பர். அவை வடமொழி தாம் என்பதற்குப் போலிக் காரணங்கள் காட்டுவர்.

ஆனால், வடமொழியில் ஒரு தமிழ்ச் சொல்கூட இல்லை என வழக்கிடுவர். அவர் கண்களுக்கு எல்லாம் வட மொழிச் சொற்களே. ஆம். பிறமொழிச் சொற்களே அவர்க்குக் கூடாதல்லவா?

சங்க நூல்களில் வடசொற்கள் மிகச் சிலவே. சங்க காலம் ஏறத்தாழ இன்றைக்கு இரண்டாயிரம் ஆண்டுகட்கு முன்பு.

சங்க காலத்தை ஒட்டித் தொடர்ந்த நூற்றாண்டுகளில் தமிழிற் கலக்கப்பட்ட வடமொழிச் சொற்களின் தொகை

மிகுந்து கொண்டே வந்து, மணிப் பிரவாள நடை தோன்றிய *14, 15, 16* ஆம் நூற்றாண்டுகளில், தமிழில் *100*க்கு *60, 70* வடசொற்கள் கலந்து, தமிழ்மொழியின் உருவத்தையே மறைத்து விட்டன.

அவ்வாறு தமிழில் கலந்து விட்ட வடமொழிச் சொற்கள், சொற்றொடர்கள் பலவற்றை இங்கு காண்க! அவை :

“மாதா, பிதா, சகோதரன், புருஷன், சம்சாரம், சகோதரி, சிரசு, தேகம், சிரம், பாதம், கிரகம், பூமி, தாவரம், சங்கமம், நதி, பர்வதம், வர்ஷம், வாரம், மாதம், தேதி, நட்சத்திரம், சூரியன், சந்திரன், ஸ்தலம், திதி, வார்த்தை, பதம், வாக்கியம், வசனம், சாஸ்திரம், புராணம், கவி, கவிதா சக்தி, வித்வான், வேதம், ஆகமம், இதிகாசம், கீதை, மனு, ஸ்மிருதி, சுருதி, யுக்தி,

அனுபவம், வர்த்தமானம், பரமேஸ்வரன், விஷ்ணு, பிரம்மா, இந்திரன், வருணன், வாயு, அக்னி, சனி, சுக்கிரன், சீதம், உஷ்ணம், ரத்தம், வாதம், விரதம், வாந்தி, வைத்தியம், க்ஷயம், ஜ்வாம், குரு, சிஷ்யன், தட்சணை, புஸ்தகம், வாசிப்பு, வாக்கு, புத்தி, சித்தம், அகங்காரம், மாயை, நியதி, வித்தை, ஆத்மா, பஞ்ச பசந்திரியம், கன்மேந்திரியம், ஞானேந்திரியம், அந்தக்கரணம், பாஷ்யம், சூத்திரம், அதிகரணம்,

மரம், பரபக்ஷம், சுபக்ஷம், கிரமம், அக்கிரமம், நியாயம், நியாதிபதி, நீதி, ஜனனம், அவதாரம், மரணம், சிசு, யௌவனம், யுவன், யுவதி, வாலிபம், வயோதிகம், ஜனசபை, ராஷ்டிரபதி, ஜனாதிபதி, ராஜ்யம், ராஜ்ய சபை, லோக் சபை, மந்திரி, அக்கிரசனாதிபதி, பிரசங்கி,

ஜனங்கள், விஷயம், தர்க்கம், வாதம், பிர்சனை, நிருபர், பத்ரிகை, புதினம், நவீனம், சஞ்சிகை, காரியாலயம், அங்கம், ஜன்னல், கபாடம், சங்கம், சமாஜம், கட்சி, பிரதிநிதி, பிரதி, சாதம், சாம்பார், சட்னி, ரசம், பலகாரம், அதிரசம், லட்டுகம், போஜனம், ஜலம், தாகம், ஜீரணம், மலம், மூத்திரம், ஆசை, இஷ்டம், இச்சை,

நஷ்டம், ஞானம், கிரியை, சுகம், துக்கம், ஆனந்தம், பிரமை, சாமி, ஈஸ்வரன், சர்வம், அகிலம், ஜகத்குரு, அண்டம், பிண்டம், சடாச்சரம், பஞ்சாட்சரம், அஷ்டாச்சரம், பிரணவம், விநாயகர், கணபதி, பிரணவ, சொரூபி, மூஷிகம், கஜம், சிங்கம், ரிஷபம், மேஷம், மேடம், பிரஜோற்பத்தி, விகாரி, சர்வதாரி, மாமிசம், மது, சூது, ஸ்திரி, மன்மதன், ரதி, சண்முகம், சுப்பிரமணியம், குகன், கார்த்திகேயன், ராமன், லட்சுமணன், பரதன், சத்ருக்கனன், கிருஷ்ணன், ராஜகோபாலன், நாராயணன், ஜகந்நாதன்,

விட்டல், லட்சுமி, சரசுவதி, பார்வதி, துர்க்கை, கலியாணம், விவாகம், முகூர்த்தம், யாகம், யக்ஞம், ஓமம், ஆகுதி, நிவேதனம், ஆலயம், மகாமண்டபம், அர்த்த மண்டபம், கர்பக் கிருகம்,

கோபுரம், கும்பம், கலசம், மூர்த்தி, அர்ச்சனை, புஷ்பம், ஆராதனை, விநியோகம், உத்சவம், துவஜாரோகணம், வாகனம், பிரபை, ஷத்காலம், சந்தி, உச்சிக் காலம், சாயரட்சை, அர்த்தசாமம், கற்பூரம், சாம்பிராணி, தூபம், சின்னம், ராமகோபால், ராம்சுந்தரம், வரதராஜன், காமராஜன், கந்தசாமி, கிருஷ்ணசாமி, சீனிவாசன், பத்மாவதி, கற்பகம், ஜாதி, சமூகம், ஜனம், மகாஜனம், ஜனனம், வியாபாரம், ஜீவனம், லட்சம், கோடி, கஜம்,

ஆத்திரம், அதிருட்டம், கோபம், தாபம், ஹாஸ்யம், துஷ்டன், துரோகி, விரோதி, சத்துரு, பலாத்காரம், புஜம், பலம், பவிக்கிரமம், வீர்யம், ஆக்கிரமிப்பு, ஆதிக்கம், ஆதீனம், சத்யாகிரகம், துராக்கிரகம், சத்யம், அகிம்சை, தானம், சம்பத், தனம், பகிஷ்காரம்,

துவேஷம், பாசம், பிரச்சாரம், உபந்நியாசம், கலாட்டபசேஷம், பிரசங்கம், சமத்துவம், சகோதரத்துவம், சமரசம், சமதர்மம், ஆலோசனை, அவசியம், ஜம்பம், காரசாரம், வேகம், குரோதம்,

லோபம், மோகம், மதம், மாத்சர்யம், வாத்சல்யம், பீதி, பயம், லாபம், நஷ்டம், வர்த்தகம், எஜமான், தாசன், யோக்கியன், அதிகாரி, அலங்காரி, அநாமதேயம், சேஷ்டை, பந்து, மித்ரர், சுதேசமித்திரன், தினமணி, தினத்தந்தி, ஆனந்தவிகடன், பிரசண்ட விகடன், குமாரக விகடன், குமுதம், ஜனசக்தி, விஜயா, மஞ்சரி, பௌர்ணமி, அமாவாசை, நவராத்திரி, விநாயக சதுர்த்தி, ஸ்ரீராமநவமி, ஸ்ரீஜெயந்தி, சங்கராந்தி, அன்னம், வஸ்திரம், மோட்சம், நரகம், தர்மம், அதர்மம், பிரமசரியம், கிருகஸ்தம், வனப்பிரஸ்தம், சந்நியாசம், ஸ்தோத்திரம், நமஸ்காரம்,

அகங்காரம், நித்யம், அநித்யம், ஜடம், சித்து, கிரீடம், சிங்காசனம், ஆபரணம், ஆக்ஞா சக்ரம், திருஞானசம்பந்தர், சுந்தரமூர்த்தி, மாணிக்க வாசகர், மதுர கவி, குலசேகர், ராமானுஜர், மத்துவர், சங்கரர், சங்கராசாரி, நீலகண்டர், அகத்தியர், வசிஷ்டர், அரிச்சந்திரன், சந்திரமதி, சிந்தாமணி, தருக்க சங்கிரகம், அலங்காரம்,

ஞானபோதம், திருவாசகம், பிரபந்தம், சயனம், நர்த்தனம், சங்கீதம், பைரவி, ஆனந்த பைரவி, மோகனம், மத்யமாவதி, தயா, தாட்சண்யம், அதிதி, பிச்சை, ஆசீர்வாதம், சாதம், ரசம், ஜலம், ஸ்நானம், புத்திரம், காமகோடி, யாகம், தருமம்

இவை போன்ற சொற்கள் இவை மட்டுமல்ல, பல துறைகளிலும் மேற்கண்டவாறு எண்ணிறந்த சொற்கள் தமிழில் கலக்குமாறு செய்யப்பட்டன. விரிவஞ்சி இத்துடன் விடுகிறோம்.

எனவே, வரும் காலப் புதிய இளைய தலைமுறைத் தமிழ்ப் பெருமக்கள் தங்களது செய்தித்தாள்களிலும், கிழமை, திங்கள் போன்ற பருவ ஏடுகளிலும், கூடுமானவரை வடசொற்களை நீக்கி, தனித் தமிழ்ச் சொற்களைப் பயன்படுத்தி எழுதுவது தமிழன்னைக்கு அவர்கள் காட்டும் நன்றியாகும்.

இந்தக் கட்டுரைப் பட்டியிலில் வந்துள்ள சொற்களை நீக்கி எழுதும் பயிற்சியைச் செய்தியாளர்கள் பெற்றால், அறிவு சுழற்சி வேகத்தில் மேலும் எண்ணற்ற வடசொற்களை நீக்கி எழுதும் பழக்க வழக்கம் தானே வந்து சேரும். இது பயிற்சி முறையே.

இதழியல் கலை வளர்க்கும் இளைய தலைமுறையினர், இனியாவது வட சொல்லற்ற, தனித் தமிழ் சொற்களுற்றக் கட்டுரைகளை எழுதிட வேண்டும் என்பதே எமது வேட்கை. அதற்கான சொல்லாய்வுதான் மேலே உள்ள மறைமலையடிகளார் ஆய்வு உருளுச் சொற்கள். இவற்றை நீக்கி எழுதினாலே போதும் 'தனித்தமிழ்' வேட்கை தானே உந்தி வரும்.

("மறைமலையடிகள் வரலாறு" எனும்
ஆய்வு நூலிலிருந்து)

○○○

www.ingramcontent.com/pod-product-compliance
Lightning Source LLC
LaVergne TN
LVHW040431051026
849517LV00002B/549